நீலமலைப் பயணம்

(இளையோர் நாவல்)

ஞா. கலையரசி

BOOKS FOR CHILDREN

NEELAMALAI PAYANAM (In Tamil)
KALAYARASSY.G
First Edition: August, 2022
Published by
BOOKS FOR CHILDREN
imprint of Bharathi Puthakalayam
7, Elango Salai, Teynampet, Chennai - 600 018.
Email: bharathiputhaklayam@gmail.com | www.thamizhbooks.com

நீலமலைப் பயணம்
ஞா. கலையரசி ©
சித்திரம்: ரோகிணிகுமார்
முதல் பதிப்பு: ஆகஸ்ட், 2022

வெளியீடு:

புக்ஸ் ஃபார் சில்ரன்
பாரதி புத்தகாலயத்தின் ஓர் அங்கம்
7, இளங்கோ சாலை, தேனாம்பேட்டை, சென்னை - 600 018.
தொலைபேசி : 044 24330024, 24330024 விற்பனை: 24332924.

விற்பனை நிலையங்கள்

7, இளங்கோ சாலை, தேனாம்பேட்டை, சென்னை- 600 018
அருப்புக்கோட்டை: கதவுஎண் 49 A/4 மெயின் ரோடு, தெற்கு தெரு - 9994173551
ஈரோடு: 39: 39 ஸ்டேட் பாங்க் சாலை - 9245448353
கரூர்: நாரத கானசபா அருகில் (TNGEA OFFICE)- 9442706676
காரைக்குடி : 12, 2 வது தெரு, கம்பன் மணிமண்டபம் பின்புறம் - 9443406150
கும்பகோணம்: 352, ரயில் நிலையம் எதிரில் - 9443995061
குன்னூர்: N.K.N வணிக வளாகம் பெட்போர்ட்
கோவை: 77, மசக்காளிபாளையம் ரோடு, பீளமேடு - 8903707294
சிதம்பரம்: 22A / 18B தேரடி கடைத் தெரு, கீழவீதி அருகில் - 9994399347
செங்கல்பட்டு: 1 D ஜி.எஸ்.டி சாலை - 044 27426964
சேலம்: 15, வித்யாலயா சாலை சாலை
சேலம்: பாலம் 35, அத்வைத ஆஸ்ரமம் சாலை 0427 2335952
தஞ்சாவூர்: காந்திஜி வணிக வளாகம் காந்திஜி சாலை - 9655542400
திண்டுக்கல்: பேருந்து நிலையம் - 9942331105, 9976053719
திருச்சி: வெண்மணி இல்லம், கரூர் புறவழிச்சாலை - 9994289492
திருநெல்வேலி: 25கி, ராஜேந்திரநகர் - 9442149981
திருப்பூர்: 447, அவினாசி சாலை - 9486105018
திருவண்ணாமலை: முத்தம்மாள் நகர்
திருவல்லிக்கேணி: 48, தேரடி தெரு - 9444428358
திருவாரூர்: 35, நேதாஜி சாலை - 9442540543
நாகர்கோவில்: 699 கே.பி.ரோடு R.V.புரம் - 9443450111
நெய்வேலி: பேருந்து நிலையம் அருகில், - 9443659147
பழனி: பேருந்து நிலையம் அருகில் - 9442883696
பாண்டிச்சேரி : கிழக்கு கடற்கரைச்சாலை, இலாசுப்பேட்டை, 9486102777
பெரம்பூர்: 52, கூக்ஸ் ரோடு - 9444373716
மதுரை: 37A, பெரியார் பேருந்து நிலையம் - 045 22324674
மதுரை: சர்வோதயா மெயின்ரோடு
வடபழனி: பேருந்து நிலையம் எதிரில் அடையார் ஆனந்தபவன் மாடியில் - 9444476967
விருதுநகர்: 131, கச்சேரி சாலை - 0456 2245300
வேலூர்: பேஸ் III, சத்துவாச்சாரி - 9442553893

நினைத்த நூல்கள்... நினைத்த நேரத்தில்...
thamizhbooks.com

BharathiTV | www.bookday.in
8778073949

அச்சு : பிரிண்டெக், சென்னை - 600 005.

வாசிப்பில் நாட்டம் கொண்ட பேரன்

கவினுக்கு!

எழுத்தாளர்கள் உதயசங்கர், விழியன், கீதா மதிவாணன்
ஆகியோர்க்கு, என் நெஞ்சார்ந்த நன்றி !

உள்ளடக்கம்

வாசிக்கத் துவங்குமுன்..

என்னுடைய ‘பூதம் காக்கும் புதையல்’ எனும் சிறார் நாவலில் வரும் முக்கிய கதாபாத்திரங்களே, இதிலும் வருகின்றார்கள். அது தமிழ்ப் புதிர்களை விடுவித்துப் புதையலைக் கண்டுபிடிக்கும் சாகசப்பயணம்.

அதே கதாபாத்திரங்கள் நீலகிரிக்கு மேற்கொள்ளும் சாகசப்பயணத்தை, இது விவரிக்கின்றது. புதையலைக் கண்டெடுத்த பயணம் குறித்து, இக்கதையில் சில உரையாடல்கள் வருவதால், அக்கதையின் சுருக்கம் கீழே:

ஆதவன், கவின், இனியன், கதிர் ஆகிய நால்வரும் நண்பர்கள். ஆடு மேய்க்கும் சிறுவன் வேலுவுடன், இவர்களுக்குப் பழக்கம் ஏற்படுகின்றது. ஆகாய கோட்டையில் திப்பு சுல்தான் வைத்துவிட்டுப் போன புதையல் ஒன்று இருப்பதாகவும், அதை பூதம் காத்து வருவதாகவும், வேலு மூலம் கேள்விப்படுகின்றார்கள்.

வேலுவின் வழிகாட்டுதலுடன் ஆதவன் தலைமையில், இவர்கள் அனைவரும் அந்தக் கோட்டைக்குச் செல்கிறார்கள். வழியில் சில ஆபத்துகளை எதிர்கொள்கிறார்கள்; அவற்றை வெற்றிகரமாக முறியடித்துச் சில தமிழ்ப் புதிர்களை விடுவித்துப் புதையலைக் கண்டுபிடிக்கிறார்கள்.

புதையலை அரசாங்கத்திடம் அப்படியே ஒப்படைத்து, தமிழ்நாடு முழுக்கப் பிரபலம் ஆகிறார்கள். இந்தக் கண்டுபிடிப்புக்காகப் பல விருதுகளையும், பரிசுகளையும் பெறுகின்றார்கள். இனி இவர்களுடன் சேர்ந்து, நீலகிரிக்கு நாமும் பயணம் செய்வோம் வாருங்கள்...

ஞா.கலையரசி

முதல்வருடன் சந்திப்பு

ஆதவன், கவின், இனியன் ஆகிய மூவரும், ஒன்பதாம் வகுப்பு மாணவர்கள்; கதிர் எட்டாம் வகுப்பு.

ஆதவனும், கவினும் சென்னை தமிழ்நாடு அரசின் தலைமைச் செயலகத்துக்கு வந்து சேர்ந்த போது, காலை 8.50 மணி.

இன்னும் 10 நிமிடங்களில், அவர்களுக்கு முதலமைச்சருடனான சந்திப்புக்கு நேரம் ஒதுக்கப்பட்டு இருந்தது. பார்வையாளர் பகுதியில் இருவரும் அமர்ந்தனர்.

சுந்தரம் என்பவர் முதலமைச்சரின் அலுவலகப் பணிகளைக் கவனிக்கும் 'பர்சனல் செக்ரட்டரி'. அவர் ஆதவன் வந்து விட்டதை, நேரில் பார்த்து உறுதி செய்துகொண்டார்.

சரியாக ஒன்பது மணிக்கு ஆதவனும், கவினும் முதலமைச்சர் அறைக்குள் நுழைந்தனர். கைகூப்பி வணக்கம் சொல்லிவிட்டு, தங்களை அறிமுகப்படுத்திக் கொண்டனர். அவரும் பதில் வணக்கம் சொல்லிவிட்டு, அவர்களை அமரச் சொன்னார்.

"உங்களைச் சந்திக்கிறதுல ரொம்ப மகிழ்ச்சி. சுத்தி வளைச்சுப் பேசாம நேரா விஷயத்துக்கு வாரேன். போன வருஷம் ஆகாய கோட்டை புதையலைக் கண்டுபிடிச்சிக் கொடுத்த உங்களுக்கு, இன்னொரு முக்கியமான வேலை கொடுக்கப் போறேன். இதுக்காக நீங்க நீலகிரிக்குப் போக வேண்டியிருக்கும். முடியுமா?" என்றார் முதல்வர்.

ஆதவனும், கவினும் திகைப்புடனும் மகிழ்ச்சியுடனும் ஒருவரையொருவர் பார்த்துக்கொண்டனர்.

"எங்களை நம்பி நீங்க பெரிய பொறுப்பு கொடுக்கிறதை நெனைச்சி, ரொம்ப மகிழ்ச்சி. ஆனா அந்த வேலை என்னன்னு தெரிஞ்சாத்தான், எங்களால முடியுமா, முடியாதான்னு சொல்ல முடியும்" என்றான் ஆதவன்.

"கண்டிப்பா ஒங்களால இந்த வேலை முடியும்னு தெரிஞ்சு தான் ஒங்களைக் கூப்பிட்டிருக்கேன். யாருக்கிட்ட இந்தப் பொறுப்பை ஒப்படைக்கலாம்னு, சம்பந்தப்பட்ட அதிகாரிகள்

கிட்ட விசாரிச்சேன். பெரும்பாலானவங்க ஒங்க கூட்டணி பேரைத் தான் சொன்னாங்க.

ஆகாய கோட்டை புதையலைக் கண்டுபிடிச்சவங்களுக்கு, இது ஒரு பெரிய வேலையே இல்லைன்னு, நெறைய பேர் சொன்னாங்க. அதனாலதான், ஒங்களைக் கூப்பிட்டேன். இந்த வேலைக்கு அதிகபட்சம் இரண்டு வாரம் தேவைப்படும்னு நெனைக்கிறேன். முழு ஆண்டுத் தேர்வு முடிஞ்சி, இப்ப விடுமுறையிலதானே இருக்கீங்க? லீவு முடியறதுக்குள்ளே போயிட்டு வந்துடலாம்" என்றார் முதல்வர்.

"எல்லாரும் எங்க மேல இவ்ளோ நம்பிக்கை வைச்சி, பரிந்துரை பண்ணியிருக்காங்கன்னு தெரிஞ்சு, ரொம்ப மகிழ்ச்சியாயிருக்கு. அந்த நம்பிக்கையைக் காப்பாத்த, எங்களால முடிஞ்சளவு முயற்சி பண்றோம். அது என்ன வேலைன்னு, விபரமாச் சொன்னீங்கன்னா...." என்றான் ஆதவன்.

"சொல்றேன். நீலகிரியைச் சுத்தியுள்ள காட்டுல, ஒரு தாவரத்தை நீங்க கண்டுபிடிக்கணும். அதோட பேரு, அது செடியா? கொடியா? அதோட இலை எப்படியிருக்குங்குற தகவல் எல்லாம், இந்த ஃபைல்ல இருக்கு. இதை வீட்டுக்கு எடுத்துட்டுப் போய், நல்லாப் படிச்சிக்கணும். பயணம் போறப்ப, இதை எடுத்துட்டுப் போகக் கூடாது. வீட்டுல வைச்சிட்டுப் போயிடுங்க."

"சரி" என்றான் ஆதவன்.

"ஒங்களைத் தவிர மத்தவங்க யாருக்கும், இந்த விபரம்லாம் தெரியக்கூடாது. ரகசியமா வைச்சிக்கணும்."

"அப்படியே செய்றோம். இப்போதைக்கு அதைச் செடின்னே வைச்சிக்குவோம். அதை ஏன் கண்டுபிடிக்கணும்? அதோட முக்கியத்துவம் என்ன? அப்படீங்கிற விபரங்களைக் கொஞ்சம் விளக்கமாச் சொன்னா, உதவியாயிருக்கும்" என்றான் கவின்.

"சொல்றேன். 100 வருஷத்துக்கு முன்னாடியே, இந்தச் செடி பூமியிலேர்ந்து சுத்தமா அழிஞ்சி போச்சின்னு அறிவிச்சிட்டாங்க. அப்பப்ப அழியக்கூடிய நிலையில இருக்குற தாவரம், விலங்குகளைப் பத்திப் 'பன்னாட்டு இயற்கை பாதுகாப்புச் சங்கம்' (IUCN) ஒரு சிவப்புப் பட்டியல் வெளியிடும். அதைப் பத்தி நீங்க ஏற்கெனவே கேள்விப் பட்டிருப்பீங்கன்னு நெனைக்கிறேன்."

“ஆமாம், கேள்விப்பட்டிருக்கோம்” என்றான் கவின்.

“100 வருஷமா இந்தச் செடி யார் கண்ணிலேயும் படலை. ரெண்டு மாசம் முன்னாடி நீலகிரிக்குப் போன ஒரு தாவரவியல் பேராசிரியர், இதைப் பார்த்திருக்காரு. இது சம்பந்தமா அவர் கொடுத்த பேட்டி, பேப்பர்ல வந்துச்சி. ஒலகத்துலேர்ந்து ஒட்டுமொத்தமா அழிஞ்சிப் போனதா நெனைச்சிக்கிட்டிருந்த இந்தச் செடி, இப்ப உயிரோடு இருக்குன்னு தெரிஞ்சவுடனே, ரொம்ப பிரபலம் ஆயிடுச்சி.”

“அப்படியா? அப்படீன்னா அந்தப் பேராசிரியரையே போய்க் கண்டுபிடிக்கச் சொன்னா, வேலை எளிதா முடியுமே! ஏற்கெனவே அந்தச் செடியைப் பார்த்தவரு, கண்டுபிடிக்கிறது சுலபம் இல்லியா?” என்றான் கவின்.

“அது உண்மைதான். எந்த இடத்துல அந்தச் செடியைப் பார்த்தேன்னு சரியா ஞாபகம் இல்லேன்னு, இப்ப சொல்றாரு. அது உண்மையா பொய்யான்னு எங்களுக்குத் தெரியலை.”

“அப்படியா?” ஆதவன் கேட்டான்.

“ஆமாம். அவரையே கண்டுபிடிக்கச் சொல்லி அனுப்புறதுல, ஒரு சிக்கல் இருக்கு. அவரு பேட்டி கொடுத்ததுக்கு அப்புறம், அவரைக் கடத்துறதுக்கு ரெண்டு மூனு முயற்சி நடந்துடுச்சி. அவரைக் கொண்டு போய் அந்தச் செடியைக் கைப்பத்தணும்னுங்கிற எண்ணத்துல, தினந்தினம் அவருக்கு ஃபோன் வர ஆரம்பிச்சிடுச்சி”.

“அச்சச்சோ!” இது கவின்.

“கண்டுபிடிச்சிக் கொடுத்தா இவ்ளோ பணம் தாரோம், அவ்ளோ தாரோம்னு பேரம் வேற நடக்குது. அவரு பாவம், வயசானவரு. ஒடம்பு சரியில்லாதவரு. ரொம்ப பயந்து போயிட்டாரு. ஏன் வெளியில சொன்னோம்னு ஆயிடுச்சி அவருக்கு.”

“அப்படியா? ஆனா எங்களுக்குச் செடி கொடியைப் பத்தி, அவ்வளவாத் தெரியாது. அதனால தான் இந்தப் பொறுப்பை ஏத்துக்கத் தயக்கமா இருக்கு. நாங்க மறுக்கிறோம்னு, நீங்க தப்பா நினைக்கக் கூடாது. எங்களை விட தாவரவியல் படிக்கிற மாணவர்களை அனுப்பினா, அதைக் கண்டுபிடிக்கிறது சுலபமா இருக்குங்குறது, என் தாழ்மையான கருத்து!” ஆதவன் சொன்னான்.

"இருக்கும் தான். ஆனா அவங்க எந்தளவுக்கு, நம்பிக்கையானவங்கன்னு எங்களுக்குத் தெரியாதே! அவங்களோட அறிவுல எங்களுக்குச் சந்தேகம் இல்ல. ஆனா அவங்களோட நாணயத்தை, நாங்க எப்பிடிச் சோதிச்சுப் பார்க்க முடியும்? ஒரு ஆய்வு மாணவர் ரொம்ப பணக்கஷ்டத்துல இருக்கிறார்னு வைச்சிக்குவோம். ஒரே ஒரு செடியைக் கண்டுபிடிச்சிக் கொடுத்தா, நெறையா பணம் கிடைக்கும்னா, அவர் அதைச் செய்வார் இல்லியா? அது தானே மனித இயல்பு."

"நீங்க சொல்றது, உண்மைதான்" என்று தலையாட்டினான் கவின்.

"ஆகாய கோட்டையில கோடிக்கணக்கான மதிப்புள்ள தங்கத்தையும், வைரத்தையும் பார்த்தும் கூட, மனம் தடுமாறாம அவ்ளோ நாணயமா எங்ககிட்ட எல்லாத்தையும் ஒப்படைச்சீங்க. அதனால ஒங்க குரூப் மேல, எங்களுக்கு அசைக்க முடியாத நம்பிக்கை ஏற்பட்டிருக்கு."

"ரொம்ப நன்றி. இதைக் கேட்கவே ரொம்ப மகிழ்ச்சியாயிருக்கு..." என்றான் ஆதவன்.

"இதுலேயும் நெறையப் பணம் கிடைக்கிறதுக்கான வாய்ப்பு இருக்கு. நிறைய பேரு இந்தச் செடியை அலங்காரத்துக்கு வீட்டிலேயே வளர்க்க ஆசைப்படுவாங்க. ஒலகத்துலேயே இல்லாத செடியை நாங்க வளர்க்கிறோம்னு, நர்சரி வைச்சிருக்கிறவங்க விளம்பரம் பண்ணி யானை விலை, குதிரை விலை சொல்லுவாங்க. ஒங்கக்கிட்ட எந்த மாதிரியான வேலையையும் நம்பி ஒப்படைக்கலாம்னு, ஏற்கெனவே நீங்க நிரூபிச்சு இருக்கீங்க. அதனால தான் தீவிர யோசனைக்குப் பிறகு, இந்த வேலைக்கு ஒங்களைத் தேர்ந்தெடுத்தோம்" என்றார் முதல்வர்.

"எங்க மேல இவ்ளோ நம்பிக்கை வைச்சி, இந்த வேலையைக் கொடுத்ததுக்கு மிக்க நன்றி. கண்டிப்பா அந்தச் செடியைக் கண்டுபிடிக்க, எங்களால முடிஞ்சளவு முயற்சி செய்றோம்" என்றான் ஆதவன்.

"மகிழ்ச்சி. அந்தச் செடியைக் கண்டுபிடிச்சாப் பணம் கிடைக்கும்னு நெறைய பேரு நீலகிரிக்குக் கிளம்பி போறாங்கன்னு தகவல் கிடைச்சிருக்கு. மேற்குத் தொடர்ச்சி மலையில, இன்னும் கண்டுபிடிக்கப்படாத அபூர்வமான தாவர வகைகள் நெறைய இருக்கு."

“ஆமாம்; உண்மை தான்” என்றான் கவின்.

“தாவரங்கள் பத்தி ஆராய்ச்சி பண்ற மாணவர்கள் போனா பரவாயில்லை. செடியைப் பத்தி எதுவுமே தெரியாதவங்க, ஒரு படத்தை எடுத்துக்கிட்டு போய்த் தேடறேங்கிற பேர்ல, மத்த செடி கொடிகளை நாசம் பண்ணிடுவாங்க. அதனால சுற்றுலா பயணிங்க யாரையும் வனத்துறை கட்டுப்பாட்டுல இருக்கிற காட்டுக்குள்ளே விடக்கூடாதுன்னு ‘ஆர்டர்’ கொடுத்திருக்கேன். ஒங்க குரூப்புக்கு எந்தப் பிரச்சினையும் வராம, என் ‘பர்சனல் செக்ரட்டரி’ சுந்தரம் பார்த்துக்குவாரு...”

“சரி. நாங்க எதுல பிரயாணம் பண்ணனும்? பஸ்ஸா? ரயிலா?” கவின் கேட்டான்.

“காரில தான். மலையில ஓட்டறதுக்கு அரசு சார்புல ஒரு வண்டி ஏற்பாடு செய்வோம். டீசல் செலவு, சாப்பாட்டுச் செலவு, ஊட்டியில தங்குற செலவு எல்லாத்தையும் அரசு பார்த்துக்கும்.”

“ஊட்டிக்குப் போக வழி தெரியும். ஆனா அங்கேர்ந்து நீலகிரியைச் சுத்தியுள்ள காட்டுக்குள்ள போற வழி தெரியாது. வழி காட்ட யாரையாவது ஏற்பாடு செஞ்சீங்கன்னா ரொம்ப நல்லது!” என்றான் ஆதவன்.

“அதுக்குத் தோடர் இனத்தைச் சேர்ந்த முருகன்னு, நம்பிக்கையான ஒரு பையனை ஏற்பாடு செஞ்சிருக்கோம். அவனை நம்பி, எந்த விஷயத்தையும் நீங்க சொல்லலாம். அவனுக்கு அந்த மலையைப் பத்திப் பூரா விஷயமும் தெரியும். அவன் உங்களை அழைச்சிட்டுப் போவான்.”

“அப்ப அவருக்கு அந்தச் செடி பத்தியும், தெரிஞ்சிருக்க வாய்ப்பிருக்கா?” இது கவின்.

“இல்ல அவனுக்குச் செடி கொடிகளைப் பத்தி, எதுவும் தெரியலை. அவன்கிட்ட விசாரிச்சிப் பார்த்துட்டோம். வழியெல்லாம் நல்லாத் தெரியும். அதனால வழிகாட்டுறதுக்கு மட்டும், அவனைப் பயன்படுத்திக்கலாம். அவனே காரை ஓட்டுவான். காட்டுக்குள்ள பாதிதூரம் வரை தான் கார் போகும். உள்ளாற போறதுக்குச் சரியான ரோடு கிடையாது. சில இடங்களுக்கு நடந்துதான் போகணும்; அதனால அதுக்குத் தேவையானதை எல்லாம், முன்கூட்டியே பார்த்து வாங்கிக்கோங்க.”

“நல்லது. அந்தச் செடியைக் கண்டுபிடிச்ச பிறகு, நாங்க என்ன செய்யணும்?” ஆதவன் கேட்டான்.

“நல்ல கேள்வி. சொல்ல மறந்துட்டேன். அந்தச் செடி இருக்குற இடத்தை முருகன் கிட்ட காட்டிடுங்க. அதுக்குப் பக்கத்துல ஏதாவது ஒரு மரத்துல அவனுக்கு ஞாபகம் இருக்குற மாதிரி, ஒரு ரிப்பனைக் கட்டி வைங்க. அந்தச் செடியை மண்ணுலேர்ந்து பிடுங்கவோ, அங்கேர்ந்து அப்புறப்படுத்தவோ கூடாது.”

“ஓகே” என்று இருவரும் தலையாட்டினர்.

“செல்போன்ல நெறைய படங்கள் எடுத்து, எங்களுக்கு அனுப்புங்க. செடியைச் சுத்தி என்னென்ன இருக்குன்னும், படம் இருந்தா நல்லது. அதோட நீங்க ஊருக்குத் திரும்பிடலாம்”.

“சரி” ஆதவன் சொன்னான்.

“அதுக்கப்புறம் ஊட்டி தாவரவியல் பூங்காவுக்குப் பத்திரமா அதைக் கொண்டாந்து, அதிலேர்ந்து புதுச்செடி உண்டாக்குவோம். அந்த வகை அழியாமப் பார்த்துக்குவோம். அந்த வேலையைத் தோட்டக்கலை நிபுணர்கள் கவனிச்சிக்குவாங்க. என்னடா சாதாரண ஒரு செடிக்குப் போயி இவ்ளோ அலப்பறை பண்றாங்களேன்னு, ஆச்சரியமா இருக்கா?”

“இல்ல. ஒரு செடி அழிஞ்சா, அதை நம்பியிருக்கிற, மத்த உயிர்களும் அழிஞ்சிடும்; அதனால் மொத்த இயற்கைச் சூழலுமே பாதிக்கப்படும்னு நான் படிச்சிருக்கேன்” என்றான் கவின்.

“வெரி குட். பாடப்புத்தகம் மட்டும் இல்லாம, மத்த புத்தகங்களை வாசிக்கிற பழக்கமும் ஒங்களுக்கு இருக்குன்னு, கேட்கவே ரொம்ப மகிழ்ச்சியாயிருக்கு. தொடர்ந்து வாசிங்க. அப்புறம் யார் கணக்குக்குப் பணம் அனுப்புனுங்கிற விவரத்தை, சுந்தரத்துக்கிட்ட கொடுத்துடுங்க. முன்பணம் உங்களுக்கு அனுப்புவாரு. ஏற்கெனவே நான் சொன்னது மாதிரி, நீங்க போயிட்டு வர்ற மொத்த செலவையும், அரசாங்கமே ஏத்துக்கும்”.

“ரொம்ப நன்றி. நாங்க எப்ப கிளம்பணும்?” ஆதவன் கேட்டான்.

“இன்னிக்குத் திங்கள். வர்ற ஞாயித்துக்கிழமை கிளம்ப வேண்டியிருக்கும். அதுக்குள்ள எல்லா ஏற்பாடும் பண்ணிடுங்க.

ஞாயித்துக்கிழமை காலையில ஏழு மணிக்குக் கார் ஒங்க வீட்டு வாசலுக்கு வரும். எத்தினி பேரு போறீங்க? யார் யாரு போறீங்கன்னு, எல்லா விவரமும் போட்டோவோட சுந்தரத்துக்கு அனுப்பிடுங்க. இது சம்பந்தமா என்ன உதவி வேணும்னாலும், அவரை நீங்க தொடர்பு கொள்ளலாம்."

"ரொம்ப நன்றி!" என்றான் கவின்.

"என் பர்சனல் போன் நம்பரையும், அவர் உங்களுக்குக் கொடுப்பாரு. அவசரம் ஆபத்துன்னா, தயங்காம எந்த நேரத்துலேயும், எங்கிட்ட நீங்க பேசலாம். உங்களுக்குச் 'சீக்ரெட் கோட் வேர்டு' கொடுப்பாங்க. வனத்துறை அதிகாரிகளுக்கு ஒங்க விவரங்களை போட்டோவோட முன்னாடியே அனுப்பிடுவோம். அவங்க கிட்ட இந்த 'கோட் வேர்டை' சொன்னீங்கன்னா, உங்களைக் காட்டுக்குள்ளாற விடுவாங்க. வேற ஏதாவது சந்தேகம் இருந்தா, சுந்தரத்துக்கிட்ட கேட்டுக்கோங்க."

அவர்களுடைய 'அப்பாயிண்ட்மெண்ட்' நேரம் முடிந்துவிட்டது என்பதை அறிவிக்க, சுந்தரம் உள்ளே வந்தார். முதல்வர் அவரிடம் ஆதவனுக்குச் செய்யக்கூடிய ஏற்பாடுகளைப் பற்றிய சில விவரங்களைச் சொன்னார். முதல்வருக்கு கைகூப்பி நன்றி சொல்லிவிட்டு, ஆதவனும், கவினும் வெளியே வந்தனர்.

ஆதவனின் போன் எண்ணை வாங்கிக்கொண்டு, தம் எண்ணைக் கொடுத்தார் சுந்தரம். எதுவாயிருந்தாலும் அவரைத் தொடர்பு கொள்ளச் சொன்னார். ஆதவனின் வங்கிக் கணக்கு எண்ணை அவருக்கு அனுப்பினால், பயணத்துக்குத் தேவையான பணத்தை, உடனே அதில் போடுவதாகச் சொன்னார்.

அவருக்கும் நன்றி சொல்லிவிட்டு, வெளியில் வந்த ஆதவனுக்கும் கவினுக்கும் நடந்ததை நம்பவே முடியவில்லை. முதல்வருடன் நடந்த இந்தச் சந்திப்பு, ஏதோ கனவில் நடந்ததைப் போலிருந்தது.

ஆதிரையின் போராட்டம்

'தமிழ்நாட்டில் எவ்வளவோ தாவரவியல் ஆய்வு மாணவர்களும், உலகளவில் புகழ் பெற்ற பேராசிரியர்களும் இருக்கிறார்கள்; அவர்களை விட்டுவிட்டுத் தங்களை நம்பி, இவ்வளவு பெரிய பொறுப்பை அரசு ஒப்படைத்திருக்கிறது!' என்பதை நினைத்து, ஆதவனுக்குப் பெருமையாக இருந்தது.

அந்த ஆகாய கோட்டை புதையல் பயணமே, இத்தகைய பெருமையையும் பேரையும் தன் கூட்டணிக்கு வாங்கிக் கொடுத்திருக்கிறது என்று நினைத்தான். எனவே எப்பாடு பட்டேனும் அரசின் நம்பிக்கையைக் காப்பாற்ற வேண்டும் என்று முடிவு செய்தான். "கண்டிப்பாச் செய்யலாம்டா" எனக் கவினும், அவனுக்கு உற்சாகத்துடன் நம்பிக்கையூட்டினான்.

அடுத்த ஒரு நாள் முழுவதும் கவினும், ஆதவனும், அறையில் புகுந்து கொண்டு, ஊட்டி பயணத்தைப் பற்றியே பேசிக் கொண்டிருந்தனர். முதல்வர் கொடுத்த கோப்பைப் படித்து, விவரம் சேகரித்தனர். இணையத்திலும் அச்செடி பற்றிய விவரங்களைத் தேடித் தேடிக் குறிப்பெடுத்தனர். மேற்குத் தொடர்ச்சி மலையின் வரைபடத்தைப் பார்த்துத் தாங்கள் செல்ல வேண்டிய ஊர்களின் பெயர்களையும், வழிகளையும் குறித்துக் கொண்டனர்.

"சரியான சாப்பாடு கூட இல்லாம, நாள் முழுக்க கம்ப்யூட்டர்ல, அப்படி என்ன தான் செய்வீங்களோ?" என்று ஆதவனின் அம்மா மல்லிகா அலுத்துக்கொண்டார்.

இப்பயணத்துக்கு ஆதவன் முதலில் வேலுவைத் தான் அழைத்தான். 'அவனுக்குச் செடி, கொடிகளைப் பற்றிய விவரங்கள் நன்கு தெரியும்; அதனால் அவன் உதவியோடு கண்டுபிடித்து விடலாம்' என்று நினைத்தான்.

ஆனால் தனக்குக் கொரோனா தொற்று ஏற்பட்டுள்ளது என்றும், இரண்டு வாரம் எங்கேயும் வெளியே போக முடியாது என்றும், வேலு வருத்தத்துடன் தெரிவித்தான். ஆதவனுக்கு மிகவும் ஏமாற்றமாக இருந்தது.

இனியனும், கதிரும் மிகவும் மகிழ்ச்சியுடன், வருவதற்கு ஒத்துக் கொண்டனர். அவர்களிடம் ஊட்டி சுற்றுலா என்றே ஆதவன் சொன்னான்.

“இந்தப் பயணத்துக்கு நான் வந்தே தீருவேன்” என்று ஆதிரை பிடிவாதம் பிடித்தாள். அவள் ஆதவனின் மாமா மகள். அவன் அம்மாவின் அண்ணன் மகள். எட்டாவது படிக்கிறாள்.

சுந்தரம் இதற்கு உடன்படுவாரோ என்று ஆதவனுக்குத் தயக்கமாக இருந்தது. மல்லிகாவுக்கும் ஆதிரை போவதில் விருப்பமில்லை. ஆதிரையின் அம்மா வசந்தாவும் கண்டிப்பாகப் போகக்கூடாது என்று தடுத்தார்.

“இன்னிக்கு விண்வெளிக்கே பெண்கள் போறாங்க! தமிழ்நாட்டுக்குள்ள இருக்குற ஒரு ஊருக்குப் போகக்கூடாதுன்னு தடுக்கிறீங்களே! இது நியாயமா?” என்று அவள் சண்டை போட்டாள். தொடர்ந்து இரண்டு நாட்கள் சாப்பிடாமல், பட்டினி கிடந்தாள்.

“ஒனக்குப் பிடிவாத குணம் அதிகம். சின்ன வயசிலேர்ந்தே நெனைச்சதைச் சாதிக்கணும்னு, ஒத்த கால்ல நிப்பே! நானோ அப்பாவோ கூட வராம ஆம்பளைப் பசங்களோட, எங்கேயும் போகக் கூடாது. ராத்திரி எங்க வேணும்னாலும், அவங்க தங்கி பொழுதைப் போக்குவாங்க. பொம்பளை புள்ளை நீ என்ன செய்வே?” என்று வசந்தா ஆத்திரத்துடன் கத்தினார்.

“அதை நான் பார்த்துக்கிறேன். ஆதவன் இருக்கான்; அவன் என்னைப் பத்திரமாப் பார்த்துக்குவான்” என்று ஆதவனைக் கோர்த்து வாங்கினாள் அவள்.

நிச்சயம் அவளை அனுப்ப மாட்டார்கள் என்ற தைரியத்தில், “ஆமாம் அத்தை! நீங்க பயப்படாதீங்க; நான் பார்த்துக்கிறேன்” என்று ஒப்புக்காகச் சொல்லி வைத்தான் ஆதவன்,

“ஒம்மேல நம்பிக்கையிருக்கு ஆதவா. ஆனா ஒனக்கு எதுக்கு வீண் சிரமம் கொடுக்கணும்? பசங்களா ஜாலியா போறப்ப, இவ ஒருத்தி நடுவுல இருந்துக்கிட்டு, தொல்லை கொடுப்பா! காட்டு நடுவுல மறைவாக் குளிக்கணும் கொள்ளணும்னா, இவ என்ன பண்ணுவா? லாட்ஜில இவ மட்டும் தனியாத் தங்கணும்! சின்னப் புள்ளை மாதிரி விஷயத்தைப் புரிஞ்சுக்காம, இவ இப்பிடிப் பிடிவாதம் புடிக்கிறாளே! நான் எங்க போய்

முட்டிக்குவேன்! வயசு ஏறிடுச்சேயொழிய, மண்டையில ஒன்னும் இல்ல" என்று தலையில் அடித்துக்கொண்டார் வசந்தா.

"எல்லாம் எனக்குப் புரியுது. நான் ஒண்ணும் சின்னக் கொழந்தையில்லே. இந்த மாதிரி ஊர்ப் பயணம் போவும்போது, சில இடைஞ்சல் வரத்தான் செய்யும்; அதெல்லாத்தையும் நான் சமாளிச்சுப்பேன். என்னைப் போக விடுங்க; ப்ளீஸ் அப்பா!" என்று முத்துக்குமாரின் தாவாங்கட்டையைப் பிடித்துக் கெஞ்சினாள் ஆதிரை.

பெண்ணின் நச்சரிப்பு தாங்காமல், "சரிம்மா போயிட்டு வா" என்று அவர் சொல்லவே, வசந்தா கணவரிடம் சண்டை போட்டார்.

"என்ன நீங்களும் விஷயம் புரியாம பேசுறீங்க? பொண்ணுக்கு அளவுக்கு மீறிச் செல்லம் கொடுத்துக் கெடுத்து வச்சிருக்கீங்க! இது எங்க போயி முடியுமோ, தெரியலையே" என்று புலம்பினார்.

"நீ புலம்புறதை மொதல்ல நிறுத்து! என் பொண்ணுக்குத் தைரியம் ஜாஸ்தி. போனாப் போவுதுன்னு, இந்த ஒரு தடவை சந்தோஷமா அனுப்பி வை. ஆதவன் இருக்குறதால பயப்பட வேணாம்; அவன் பத்திரமாப் பார்த்துப்பான்" என்றார் முத்துக்குமார். "அப்பான்னா அப்பா தான்" என்று குதித்தாள் ஆதிரை.

"போதும் போதும் நிறுத்து. அப்பாவும், பொண்ணும் எக்கேடும் கெட்டுப் போங்க" என்று சொல்லிவிட்டு வசந்தா உள்ளே போனார். அடுத்த சில நிமிடங்களில், அடுப்பங்கரையில் எவர்சில்வர் சாமான்கள் கீழேயும் மேலேயும் பறக்கும் சப்தம், பயங்கரமாகக் கேட்டது!

அவள் அப்பா சம்மதம் கொடுத்தவுடன், ஆதவனுக்குத் தூக்கிவாரிப் போட்டது. அவன் அதை எதிர்பார்க்கவில்லை. அவளை அழைத்துப் போவதில் உள்ள கஷ்டங்கள், வரிசையாக அவன் நினைவுக்கு வந்தன. 'யோசிக்காமல் அவசரப்பட்டு வாக்குக் கொடுத்து விட்டோமோ?' என்று நினைத்தான்.

தங்களுடன் பாதுகாப்பாகத் தங்க வைப்பதுதான், கொஞ்சம் சிரமம் என்று தோன்றியது. தன் நண்பர்களைப் பற்றி, அவனுக்குக் கவலையில்லை. போகும் இடத்தில்

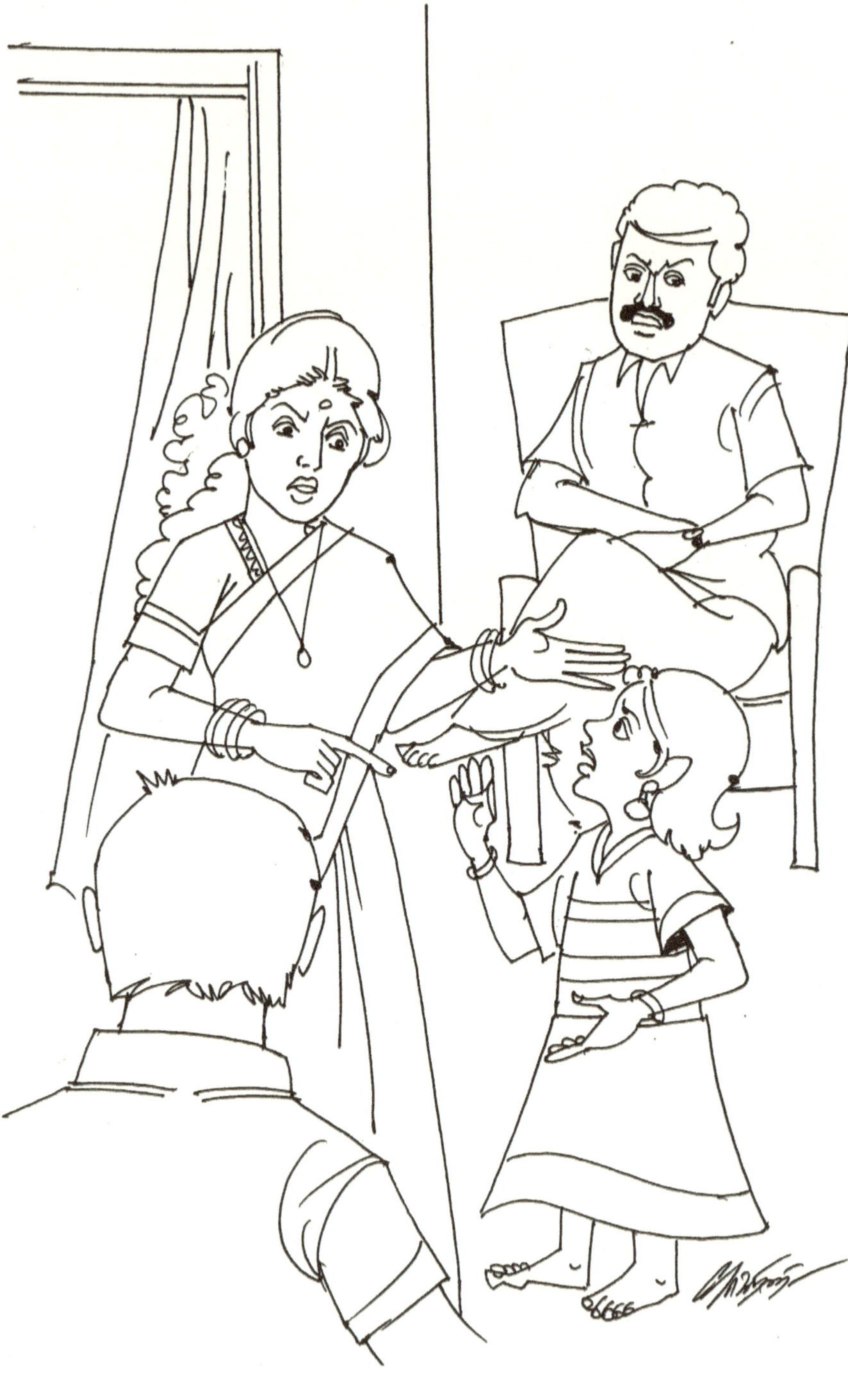

எப்படியிருக்குமோ என்று சற்றுக் கவலை ஏற்பட்டது. எப்படியோ பொறுப்பை ஏற்றுக்கொண்டால், அதைச் செம்மையாக நிறைவேற்றியே தீரவேண்டும் என்று முடிவு செய்தான். எனவே ஒரு நாள் அவளிடம் தாங்கள் போகும் பயணம் பற்றியும், அந்தத் தாவரம் பற்றியும், ரகசியமாகச் சொன்னான்.

“அது பேரு செரோபீஜியா ஒமிசா. *(CEROPEGIA OMISSA H. HUBER)*. இந்தத் தாவரத்தோட பூவுக்கு லாந்தர் பூ, பாராசூட் பூ, மெழுகுவர்த்திப் பூவுன்னு நெறைய பேரு இருக்கு. இதைக் கடைசியா *1916* ஆம் ஆண்டு பார்த்திருக்காங்க. அதுக்கப்புறம் இப்ப தான் அந்தப் பேராசிரியர் பார்த்திருக்காரு. இடையில *100* வருஷமா, இது யார் கண்ணிலேயும் படலை. அதனால தான் இது சுத்தமா அழிஞ்சிப் போச்சுன்னு, அறிவிப்பு செஞ்சு இருக்கிறாங்க. இதுபத்துன மத்த விவரத்தையெல்லாம், இணையத்துலேர்ந்து சேகரிச்சிக்கோ” என்றான் ஆதவன். ஆதிரைக்கு உற்சாகம் பிய்த்துக் கொண்டு போயிற்று.

“ஆஹா! இப்படிப்பட்ட வாய்ப்புக்காகத் தான், நான் காத்துக்கிட்டிருந்தேன். இதுவரைக்கும் இந்தத் தாவரம் பத்திக் கேள்விப்பட்டதில்லை. இதைப் பத்தி இணையத்துல முழுமையாப் படிச்சித் தெரிஞ்சிக்கிறேன். இதைக் கண்டுபிடிச்சிக் கொடுக்க என்னால என்ன செய்ய முடியுமோ, அதைக் கண்டிப்பாச் செய்வேன். தயவு செஞ்சு, என்னை ஒங்கூட அழைச்சிட்டுப் போ ஆதவா. விதவிதமான செடி, கொடிகளைப் பார்க்கறதுன்னா, எனக்கு ரொம்பப் புடிக்கும். எங்கம்மா திட்டுறாங்கன்னு பயந்துக்கிட்டு, என்னை விட்டுட்டுப் போயிடாதே. நான் ஒனக்கு எந்தத் தொந்தரவும் கொடுக்க மாட்டேன். நீ சொல்ற மாதிரி நடந்துக்குவேன்” என்று கெஞ்சினாள்.

சின்னக் குழந்தை போல் கெஞ்சிய அவளைப் பார்க்க, ஆதவனுக்கு மிகவும் பாவமாக இருந்தது.

“பயப்படாதே; கண்டிப்பா அழைச்சிட்டுப் போறேன்; ஆனா யார் கிட்டேயும் இது பத்தி மூச்சுவிடக்கூடாது.”

ஊட்டி சுற்றுலா போகிறோம் என்று, அவள் எல்லோரிடமும் சொல்லி வைத்தாள். ஆதவன் தன் பெற்றோரிடம் மட்டும், உண்மையைச் சொல்லிவிட்டு, “யார் கேட்டாலும் சுற்றுலா சென்றிருப்பதாகச் சொல்லிவிடுங்கள்” என்று கேட்டுக்கொண்டான்.

“காட்டுப் புதர்ல விஷமுள்ள பாம்பு, தேள், சிலந்தியெல்லாம் இருக்கும்; பார்த்து ஜாக்கிரதையாக போயிட்டு வாங்க; முழங்கால் வரை மூடற மாதிரி, நல்ல ஷூ போட்டுக்கோங்க” என்றார் அவன் அப்பா.

“நீங்க பத்திரமாப் போயிட்டு வருவீங்கன்னு எனக்குத் தெரியும்; என் கவலையெல்லாம், ஆதிரையை நெனைச்சுத்தான். “வயசு அதிகமாயிடுச்சி; இன்னும் பொறுப்பில்லாம சின்னப்புள்ளைத் தனமா நடந்துக்கிறாள்” னு எங்கண்ணி ரொம்ப கவலைப்படுறாங்க. அவளைப் பத்திரமாப் பார்த்து அழைச்சிட்டு வந்துடு தம்பி. ஒன்னை நம்பித்தான், அவங்க அனுப்புறாங்க” என்று மல்லிகா, மீண்டும் மீண்டும் ஆதவனிடம் வலியுறுத்திச் சொல்லிக் கொண்டிருந்தார்.

“சரிம்மா. கவலைப்படாதீங்க. பத்திரமா அழைச்சிட்டு வந்துடறேன்” என்றான் ஆதவன். ஆதிரை ஊட்டிக்கு வருவது தெரிந்தவுடன், கவின் மறுப்புத் தெரிவித்தான்.

“ஆதிரையை அழைச்சிட்டுப் போனா, தேவையில்லாம நம்ம வேலை மெனக்கெடும்; நம்மளை நம்பி, பெரிய பொறுப்பான வேலையைக் கொடுத்திருக்காங்க. அதைக் கச்சிதமா முடிச்சிக் கொடுத்து, நல்ல பேரு வாங்கணும். நமக்கு இருக்குற வேலையில, அவங்களைப் பாதுகாக்கிற வேலை வேற சேர்ந்துடும்; இராத்திரியில நிம்மதியாத் தூங்க முடியாம காவல் காக்கணும். தேவையா இது நமக்கு?” என்றான் கவின் கோபத்துடன்.

“பிரச்சினை வரும்னு எனக்கும் தெரியுது கவின். அவ ரொம்ப கெஞ்சுறா. ஒரு சமயம் யோசிச்சிப் பார்த்தா, பாவமாவும் இருக்கு. அவளும் நம்மள மாதிரி, ஒரு உயிருள்ள ஜீவன் தானே? அவளுக்கும் நமக்கு இருக்குற மாதிரி, விருப்பு வெறுப்பு, சாதிக்கணுங்கிற ஆசையெல்லாம் இருக்கும் இல்லியா? எதுக்கும் வாய்ப்பே கொடுக்காம, வெளியிலேயே விடாம, வீட்டுக்குள்ளே முடக்கி வைக்கிறது, தப்பில்லையா கவின்? அப்புறம் எப்படித்தான் அவளோட தனித்திறமை வெளிப்படும்?”

“தப்புதான்னு எனக்கும் நல்லாத் தெரியுது. ஆனா நம்ம சமூகத்தில பொண்ணுங்க வெளியில வந்தா பாதுகாப்பு இல்லியே! அதுக்கு நாம என்ன செய்ய முடியும்? அதனால

பொண்ணைப் பெத்தவங்களுக்கு, எப்பவும் பயம் இருக்கத்தானே செய்யும்?"

"நாம தான் நாலு பேர் இருக்கோமே! என்னை நம்பித்தான் அவளும் வரேன்னு சொல்றா. என்னைப் பத்தி அவளுக்கு நல்லாத் தெரியும். நாமளே அழைச்சிட்டுப் போகலேன்னா, வேற யார் அவளை அழைச்சிட்டுப் போவாங்க? போன முறை நாம ஆகாய கோட்டைக்குப் போயிட்டு வந்தோமே அப்பவே தன்னை அழைச்சிட்டுப் போகலேன்னு ரொம்ப வருத்தப்பட்டா. ஒரு பொண்ணுக்கு அவளோட திறமையை வெளிப்படுத்த நாம ஒரு வாய்ப்பு ஏற்படுத்திக் கொடுத்தோங்கிற மகிழ்ச்சி நமக்குக் கிடைக்கட்டும் கவின்."

"ஆதிரை நெறையா ஆங்கில நாவல் படிக்கிறாங்கன்னு நெனைக்கிறேன். ஆங்கிலக் கதைகள்ல பசங்களோட பொண்ணுங்களும் சாகசப்பயணம் போற மாதிரி தானும் போவணும்னு ஆசைப்படுறாங்க. ஆனா நம்ம ஊர் அதுக்கெல்லாம் சரிப்பட்டு வருமா?"

"ஊரைப் பத்தி நாம கவலைப்பட வேணாம் கவின். நாம அவளை அழைச்சிட்டுப் போறோம்; அவளோட நியாயமான ஆசையை, நிறைவேத்தி வைக்கிறோம்; என்ன கஷ்டம் வந்தாலும், சமாளிக்கிறோம். என்ன சொல்றே நீ?"

"அப்ப சரி. நீ முடிவு பண்ணுன பிறகு அதைப் பத்திப் பேசறது வீண்வேலை. அடுத்ததைப் பத்திப் பேசுவோம். நம்ம அஜெண்டாவில ஆதிரையைப் பத்திரமாப் பாதுகாக்கிற விஷயத்தையும் சேர்த்துக்குவோம்."

"ஆங்! சொல்ல மறந்துட்டேன். அவளுக்குச் சின்ன வயசிலேர்ந்து, செடி கொடின்னா ரொம்ப இஷ்டம். ஒரு இலையைப் பார்த்தே, அது என்ன செடின்னு சொல்லுவா. அவ ஏகப்பட்ட செடிகள் வளர்க்கிறா. படிக்கிற நேரம் போக, மீதி நேரம் பூரா, செடிகொடி கூட பேசிக்கிட்டுத் தோட்டத்திலேயே இருப்பா. அதனால இந்தப் பயணத்துல அவளும் நமக்கு ரொம்ப உதவியா இருப்பாள்னு தோணுது. வேலு வரமுடியாம போனதுக்கு, அவ வர்றது நல்லது. இதைச் சொல்லித்தான், சுந்தரம் சாருக்கிட்ட அவளை அழைச்சிட்டுப் போறதுக்கு அனுமதி கேட்கப் போறேன்."

“சரி. ரொம்ப நல்லது. ஆதிரைக்கு வேணுங்கிற டிரெக்கிங் செருப்பு, உடையெல்லாம் நீயே பார்த்து வாங்கிடு. விஷமுள்ள பாம்பு, பூச்சியெல்லாம், நெறையா இருக்கும்னு சொல்றாங்க.”

“ஆமாம். எனக்கு வாங்கப் போறப்ப, அவளையும் அழைச்சிட்டுப் போய் வாங்கிடறேன். இப்பவே வானத்துக்கும், பூமிக்குமா குதிச்சிக்கிட்டிருக்கா.”

“ஆர்வக்கோளாறுல யார்க்கிட்டேயாவது, உண்மையை உளறிடப் போறாங்க! அதை மட்டும் கண்டிச்சிச் சொல்லி வை.”

“சொல்லிட்டேன் கவின். யாருக்காவது தெரிஞ்சிதுன்னா, ஒன்னைய விட்டுட்டுப் போயிடுவேன்னு சொல்லியிருக்கேன். நான் ரொம்ப கண்டிப்பானவன்னு அவளுக்குத் தெரியும். சொன்ன மாதிரியே செஞ்சுடுவேன்னு, பயம் அதிகம். அதனால மூச்சுவிட மாட்டா.”

“நல்லது. நானும் பயணத்துக்கு வேண்டிய ஏற்பாடுகளைக் கவனிக்கிறேன். வேலு நம்ம கூட வரலேன்னு நெனைச்சாத்தான் வருத்தமாயிருக்கு. மறுபடியும் நாமெல்லாம் சேர்ந்து போக, இது ஒரு நல்ல வாய்ப்பா இருந்திருக்கும்.”

“ஆமாம். அவன் வரலேன்னு எனக்குக் கூட வருத்தம்தான். என்ன செய்றது? கோவிட் வந்து அவனை வர விடாம தடுத்துடுச்சி.”

“இனியன்கிட்டேயும், கதிர்கிட்டேயும் சொல்லிட்டியா?”

“சொல்லிட்டேன். ஊட்டி சுற்றுலான்னு, அவங்க கிட்ட சொல்லியிருக்கேன். இல்லேனா கதிர், சரியான ஓட்டை வாய். யார்க்கிட்டேயாவது உளறி வைச்சிடுவான்”. டிரெக்கிங் போறோம்; அதனால ஷூவெல்லாம் வாங்கிட்டு வாங்கன்னு, சொல்லியிருக்கேன்”.

“அநேகமா இந்நேரம் இனியன் நொறுக்குத் தீனி மூட்டை கட்ட ஆரம்பிச்சிருப்பான்னு, நெனைக்கிறேன்.”

“ஹா ஹா! ஆமாமாம்; அவங்கம்மா பாவம்; இந்நேரம் டிரில் வாங்கிட்டு இருப்பான்!” என்று சொல்லி ஆதவன் சிரித்தான்.

அவர்கள் ஆவலோடு எதிர்பார்த்த, அந்த ஞாயிறும் வந்தது.

விட்டு விடுதலையாகி....

சரியாகக் காலை 5 மணிக்கு மகேந்திரா ஸ்கார்ப்பியோ கார் வந்து ஆதவன் வீட்டு வாசலில் நின்றது. கவினையும் மற்ற நண்பர்களையும் அவரவர் வீட்டு வாசலில் காத்திருக்கச் சொல்லியிருந்தான் ஆதவன். ஆதிரை மட்டும் சனிக்கிழமை இரவே வந்து ஆதவன் வீட்டில் தங்கிவிட்டாள்.

எல்லோருக்கும் டாட்டா சொல்லிவிட்டு இருவரும் வந்து காரில் ஏறினர்.

"பத்திரமாப் போயிட்டு வாங்க" என்று ஆதவனின் பெற்றோர் கை காட்டினர்.

ஆதிரைக்கு வாயெல்லாம் பல்லாயிருந்தது. அவளைப் பொறுத்தவரை அவள் பெற்றோர் இல்லாமல், வெளியில் செல்வது இதுவே முதல் முறை. அதுவும் வசந்தாவுக்குச் சாமி பக்தி அதிகம் என்பதால், கோயில் கோயிலாகத் தான் அழைத்துச் செல்வார். உற்சாகமே இல்லாமல், இவளும் அப்பயணத்தில் கலந்து கொள்வாள்.

ஆதவனுடன் வந்து காரில் ஏறும் வரை, எதையாவது சொல்லிக் கடைசி நேரத்தில் அம்மா தடுத்து விடுவாரோ என்ற பயம், அவளுக்கு இருந்து கொண்டேயிருந்தது.

அவள் படிப்பது இருபாலார் பள்ளி என்பதால், வசந்தா பயந்து கொண்டு அவளைப் பள்ளிச் சுற்றுலாவுக்குக் கூட, இதுவரை அனுப்பியதில்லை. சக தோழிகள் சுற்றுலா முடிந்து, திரும்பி வரும் வரை, ஆதிரை சாப்பிடாமல் பட்டினி கிடந்து, தன் எதிர்ப்பைத் தெரிவிப்பாள்.

"ஒரு பொண்ணுக்கு இவ்ளோ வீம்பும் பிடிவாதமும் கூடாது" என்று வசந்தா அவளை ஓயாமல் திட்டுவார். "வீம்பும் பிடிவாதமும் ஆணுக்கு மட்டும்தான் சொந்தமா?" என்று இவள் திருப்பிக் கேட்பாள். சமயங்களில் இவள் பேசுவதைப் பார்க்கும்

போது, 'பாரதி கனவு கண்ட புதுமைப்பெண் இவளோ?' என்று ஆதவனுக்குச் சந்தேகம் வரும்.

வீட்டை 'விட்டு விடுதலையாகி', வானில் சிறகடித்துப் பறப்பது போல், அவளுக்கு மகிழ்ச்சியாயிருந்தது. சின்னக் குழந்தை போல் அவள் குதூகலிப்பதைப் பார்த்த போது, ஆதவனுக்கும் மகிழ்ச்சியாயிருந்தது.

தான் மட்டும் இல்லையென்றால், எவ்வளவுதான் அழுது புரண்டிருந்தாலும், எத்தனை நாள் பட்டினி கிடந்திருந்தாலும், இந்த வாய்ப்பு இவளுக்குக் கிடைத்திருக்காது என்று தோன்றியது.

தன்னை நம்பி அனுப்பியிருக்கும் பெற்றோரிடம், பத்திரமாகப் பாதுகாத்து அழைத்து வந்து, இவளை ஒப்படைக்க வேண்டும் என்ற பொறுப்புணர்வும் கூடவே நினைவுக்கு வந்தது.

காரை நிறுத்திவிட்டு முருகன் ஆதவனிடம், தன்னை அறிமுகப்படுத்திக் கொண்டான். அவனுக்கு இருபது வயதுக்கு மேல் இருக்கலாம் என்று தோன்றியது.

தோடர் இனத்தைச் சேர்ந்த அவன், அழகாகத் தமிழ் பேசியதைப் பார்த்து ஆதவனுடைய பெற்றோருக்கு வியப்பு. தமிழ் மட்டுமல்ல, ஆங்கிலம், ஹிந்தி, மலையாளம், கன்னடம் ஆகிய மொழிகளும், தனக்குத் தெரியும் என்று அவன் சொன்னான். ஊட்டிக்குச் சுற்றுலா வரும் பயணிகளிடமிருந்து கற்றுக் கொண்டதாகக் கூறினான்.

ஆதவன் வீட்டிலிருந்து புறப்பட்ட கார், கவினை ஏற்றிக் கொண்டு, கதிர் வீட்டுக்குச் சென்றது. இறுதியாக இனியன் வீட்டுக்குச் சென்றது. வீட்டு வாசலில் அடுக்கி வைக்கப்பட்ட தின்பண்ட மூட்டைகளைப் பார்த்து ஆதவன் அதிர்ந்து விட்டான்.

"காட்டுல சாப்பாடு சரியாக் கிடைக்காதுல்ல?அதான் பிஸ்கட், நொறுக்குத் தீனி எல்லாம் வாங்கிச் சேர்த்திருக்கேன்" என்றான் இனியன்.

"இவ்ளோ மூட்டையையும் ஏத்துனா, ஒரு ஆளுக்கு இடம் இருக்காது. நெருக்கி அடிச்சிக்கிட்டு, ரொம்ப தூரம் போக முடியாது. அதனால மூட்டைகளை ஏத்திக்கிட்டு, இவனை விட்டுட்டுப் போயிடலாம்" என்றான் கதிர்.

“வழியில பசிக்குதுன்னு, நீ வாயைத் தொற! வாயிலேயே குத்துறேன்” என்றான் இனியன், வண்டிக்குள் ஏறிக்கொண்டே.

இனியன் ஏறி வந்த போது, ஆதவனுக்குப் பக்கத்தில் ஜன்னல் ஓரத்தில் ஒரு பெண் உட்கார்ந்திருப்பதைப் பார்த்துத் திகைப்பும், இன்ப அதிர்ச்சியும் அடைந்தான். ‘இவளும் சுற்றுலாவுக்கு வருகிறாளா?’ என்ற கேள்வியுடன் கவினைப் பார்த்தான்.

“ஆமாம்டா. இவங்க நம்ம ஆதவனோட மாமா பொண்ணு ஆதிரை. இவங்களும் நம்ம கூட வராங்க” என்றான் கவின்.

ஆதிரைக்குக் கவினை ஏற்கெனவே நன்கு தெரியும்; எனவே அவளை இனியனுக்கும், கதிருக்கும், அறிமுகம் செய்து வைத்தான் ஆதவன்.

“எங்க குரூப்ல சாப்பாட்டு ராமன்னு சொல்வேனே, அவன் இவன் தான்!” என்றான் ஆதவன்.

இனியனுக்கு வெட்கம் பிடுங்கித் தின்றது.

“இப்படியா ஒரு முன்பின் அறிமுகமில்லாத பெண்பிள்ளைக்கு முன், தன் மானத்தை வாங்குறது?” என்று நினைத்தான்.

“ம். தொலைக்காட்சி நிகழ்ச்சியில, ஆகாய கோட்டை பயணத்தைப் பத்திக் கேட்டப்ப, ஆமை வடையைப் பத்திச் சொன்னானே, அவன் இவன் தானே? நல்லா ஞாபகம் இருக்கு” என்று சிரித்தாள் ஆதிரை.

அதைக் கேட்டுக் கதிர் விழுந்து விழுந்து சிரித்தான். இனியனுக்கு அவமானத்தில் ஜீப்பை விட்டு, வெளியே குதித்து விடுவோமா என்றிருந்தது. கதிரின் முதுகில், ஓங்கி ஒரு குத்து விட்டான்.

“சும்மா ஜாலிக்குத் தான் சொன்னேன்; சீரியசா எடுத்துக்காதே” என்றாள் ஆதிரை.

அவள் பக்கமே திரும்பாமல், வெளியே வேடிக்கை பார்ப்பது போல் அமர்ந்திருந்தான் இனியன். ஏற்கெனவே அவனைச் சாப்பாட்டு ராமன் என்று எல்லோரும் கிண்டல் செய்வது பழக்கம் தான். ஆனாலும் முன் பின் அறிமுகமில்லாத ஒரு பெண் முன் அப்படிச் செய்ததில், அவனுக்குக் கோபம். அவன் முகம் சுண்டி விட்டதைக் கவனித்த கவின், பேச்சை மாற்றினான்.

“சென்னையிலிருந்து ஊட்டிக்கு எத்தினி மணி நேரமாவும்?” தெரிந்து கொண்டே தான் கவின், அந்தக் கேள்வியைக் கேட்டான்.

“540 கி.மீ. இருக்கு. நிற்காம போனா ஏறக்குறைய பத்து மணிநேரம் ஆவும்” என்றான் ஆதவன்.

“நாம் எந்த வழியா, இப்ப போறோம்?” கதிர் கேட்டான்

“கிருஷ்ணகிரி, தர்மபுரி, தோப்பூர், சேலம், ஈரோடு, பெருந்துறை, அவினாசி, மேட்டுப்பாளையம், குன்னூர், ஊட்டி சரியா?” என்று மூச்சு விடாமல் ஒப்பித்தாள் ஆதிரை.

“ஏதேது. வழியில இருக்குற எல்லா ஊர்ப் பேரையும், மனப்பாடம் பண்ணிட்டு வந்துட்டே போலருக்கு” என்றான் கதிர்.

“ஆமாம். ஆனா பெரிய ஊர் பேரை மட்டும் தான் சொன்னேன். இடையில நெறையாச் சின்ன ஊரெல்லாம் இருக்கு. சொல்லவா?”

“வேணாம் வேணாம். இதுவே போறும்” என்றான் ஆதவன்.

“ஊட்டி மலையில, இலை தழையெல்லாம் இடுப்புல கட்டிக்கிட்டு, கழுத்துல எலும்புக்கூடு மாலையெல்லாம் போட்டுக்கிட்டு, நெறைய பழங்குடி மக்கள் எல்லாம் இருப்பாங்களாமே! அவங்களைப் பார்க்க முடியுமா?” என்றான் கதிர்.

“பழங்குடி மக்கள்னா, அப்படி இருப்பாங்கன்னு ஒனக்கு யார் சொன்னது?” என்றான் கவின்.

“நெறையாச் சினிமாவுல பார்த்திருக்கோமே” என்றான் கதிர்.

“அவங்களும் நம்மள மாதிரி தான் இருப்பாங்க. நம்ம காரை ஓட்டுறவரு கூட, தோடர் இனத்தைச் சேர்ந்தவரு தான்” என்றான் ஆதவன், அவனை எச்சரிக்கும் குரலுடன்.

கதிருக்குத் தூக்கிவாரிப் போட்டது.

“நீங்க தோடர் இனத்தைச் சேர்ந்தவருன்னு, தெரியாமச் சொல்லிட்டேன். மன்னிச்சிடுங்க” என்றான் கதிர், முருகனிடம்.

“பரவாயில்ல. தோடர்னு சொல்றது தப்பு. நாங்க தொதவா பழங்குடி இனத்தைச் சேர்ந்தவங்க. உங்களை மாதிரி, நாங்க நாகரிகம் அடைஞ்சவங்க இல்ல; ஆனா நாங்க இயற்கையைத் தெய்வமாக் கும்பிடுவோம். எங்களால காட்டுக்கோ, அங்க வாழற விலங்குகளுக்கோ, எந்த ஆபத்தும் வராது” என்றான் முருகன்.

“கதிர் சொன்னதுக்காக, நான் உங்கக்கிட்ட மன்னிப்புக் கேட்டுக்கறேன்” என்றான் ஆதவன்.

“பரவாயில்ல. இவருன்னு இல்ல, பழங்குடின்னா, எல்லாருமே அப்படித்தான் நெனைக்கிறாங்க. ஒரு தடவை நரமாமிசம் தின்னுவீங்களான்னு ஒருத்தரு எங்கிட்ட கேட்டாரு. பழங்குடின்னா மனுஷனைக் கூட கொன்னு தின்னுவோம்னு, இப்ப கூட சிலர் நினைக்கிறாங்க. ஓங்களுக்கு ஒரு உண்மை தெரியுமா? நாங்க சுத்த சைவம். எங்க இனத்துல, யாருமே அசைவம் தின்ன மாட்டோம்”.

“அப்படியா? சுத்த சைவமா?” என்றனர், அனைவரும் ஒரே குரலில், மிகுந்த வியப்புடன்.

“ஆமாம்.”

‘பழங்காலத்தில் காட்டில் விலங்குகளை வேட்டையாடித் தான் ஆதி மனிதர்கள் சாப்பிட்டிருக்க வேண்டும்; அப்படியிருந்த ஆதிகுடியினர், சைவ உணவுக்கு மாறியிருப்பது, எவ்வளவு நாகரிகமான செயல்?’ என்று நினைத்து வியந்தான் கவின்.

கதிர் வாங்கிய சமோசா

இடையில் டீ குடிப்பதற்காக, வண்டியை நிறுத்திவிட்டு இறங்கிச் சென்றான் முருகன்.

"எனக்கு ஒரு சமோசா வேணும்" என்றாள் ஆதிரை.

முதல் ஆளாக வண்டியிலிருந்து குதித்து ஓடினான் கதிர். ஒன்றுக்கு இரண்டாக சமோசா வாங்கி வந்து, ஆதிரையிடம் கொடுத்தான். ஓடி வந்ததில், அவனுக்கு மூச்சிரைத்தது.

"டேய்! பையிலேர்ந்து காசையே வெளியே எடுக்காத, கஞ்சப் பிசுனாறி நீ! இன்னிக்கு ரொம்ப தாராளமா ஒன்னுக்கு ரெண்டா, வாங்கிக் கொடுக்கிறே! சீப்பா சமோசா வாங்கிக் கொடுத்து, அவங்க மனசுல இடம் புடிச்சிடலாம்னு பார்க்கிறியா?" என்று கிண்டலடித்தான் இனியன்.

"டேய்! அவங்க ஆதவனோட மாமா பொண்ணு. அவன் காதுல, நீ பேசுனது விழுந்துச்சுன்னு வைச்சுக்கோ; இங்கியே ஒன்னையும், என்னையும் இறக்கி விட்டுட்டுக் காரை எடுத்துட்டுப் போயிடுவான். இந்தச் சின்ன வயசுலேயே பேசுற பேச்சைப் பாருன்னு, விளாசித் தள்ளிடுவான், ஜாக்கிரதை!" என்றான் கதிர்.

"அப்புறம் என்னத்துக்குடா, அவ்ளோ விழுந்தடிச்சி ஓடினே? ஆதவன் வாங்கிக் கொடுக்க மாட்டானா? என்றான் இனியன்.

அவன் கேள்வியைக் காதில் வாங்காதது போல், கதிர் தள்ளிப் போய் நின்று கொண்டு டீயைக் குடித்தான்.

"எல்லாரும் ஏறுங்க. நேரமாவுது" என்று ஆதவனின் குரல் கேட்டது. எல்லோரும் ஏறிய பிறகு, கார் புறப்பட்டது.

"சே! சமோசா நல்லாவேயில்ல. ஏன்டா தின்னோம்னு ஆயிடுச்சி. பழைய ஸ்டாக் போலருக்கு; சூடு பண்ணிக் கொடுத்துட்டான்" என்று கதிரைப் பார்த்து, முகத்தைச் சுழித்தாள் ஆதிரை.

கதிர் முகத்தைப் பார்க்கச் சகிக்கவில்லை. இனியனுக்குச் சிரிப்புத் தாங்கவில்லை.

"கஷ்டப்பட்டுக் காசு செலவழிச்சும், பிரயோஜனம் இல்லாம போயிடுச்சேடா கதிர்! இஞ்சி தின்ன குரங்கு மூஞ்சி எப்படியிருக்கும்னு, ஒரு தடவை எங்கிட்டே கேட்டியே, ஞாபகம் இருக்கா? இப்ப ஒன் மூஞ்சைக் கண்ணாடியில பாரு; அச்சு அசல் இதே மாதிரி தான் இருக்கும்" என்று அவன் காதில் கிசுகிசுத்தான் இனியன். கோபத்துடன் திரும்பி உட்கார்ந்து கொண்டான் கதிர்.

அடுத்த அரை மணி நேரத்தில், வாயைக் கையால் பொத்திக் கொண்டு "உவ்வே உவ்வே!" என்றாள் ஆதிரை. அவ்வளவு தான். அவள் பக்கத்தில் அமர்ந்திருந்த கதிரும், இனியனும் அவசரமாகப் பின் சீட்டுப் பக்கம் தாவி ஓடினர்.

முருகன் வண்டியை ஓரமாக நிறுத்தவும், அவள் கீழே சென்று வாந்தி எடுத்து விட்டு வந்தாள். ஆதவன் தண்ணீர் பாட்டிலைக் கொண்டு போய்க் கொடுத்து வந்தான்.

"அந்தச் சமோசா தான், வயித்தை புரட்டிக்கிட்டே இருந்துச்சி. வெளியே வந்த பிறகு தான், நிம்மதியாயிருக்கு" என்றாள் ஆதிரை, வண்டியில் ஏறிக் கொண்டே.

"டேய்! அந்தச் சமோசா, ஒன்னை வச்சு செய்யுதேடா! இனிமே பாய்ஞ்சு ஓடி, எதுவும் வாங்கிக் கொடுப்பே?" என்றான் இனியன், சிரிப்பை அடக்கிக் கொண்டு.

'இந்தப் பயணம் முழுக்க இந்தச் சமோசாவை வைத்தே, இவன் கழுவிக் கழுவி ஊற்றுவானே! இவனிடமிருந்து எப்படித் தப்பிப்பது?' என்று கதிர் யோசித்த போது, நல்லவேளையாக ஆதவன் சத்தமாகப் பேசத் துவங்கினான்.

"இனியன்! கதிர்! ஒங்க ரெண்டு பேருக்கும், ஒரு முக்கியமான விஷயம் சொல்லணும்" என்று துவங்கி, முதலமைச்சரைச் சந்தித்த விவரம் பற்றியும், நீலகிரி பயணத்தின் உண்மையான நோக்கம் பற்றியும், விரிவாக எடுத்துரைத்தான்.

"எங்க கிட்ட முன்னாடியே இது பத்தி சொல்லியிருந்தா, நாங்களும் அந்தச் செடி பத்தின விவரங்களைச் சேகரிச்சிட்டு வந்திருப்போம்ல?" என்றான் இனியன்.

“அதையெல்லாம், ஏற்கெனவே சேகரிச்சாச்சு” என்றாள் ஆதிரை.

“அப்படீன்னா ஒப்புக்குச் சப்பாணியா, எங்களை இந்தப் பயணத்துல சேர்த்துருக்கீங்க; எங்களோட பங்குன்னு, எதுவும் தேவையில்லை; அப்படித்தானே?” என்றான் இனியன்.

“சேச்சே! கோபப்படாம கேளுடா. இதைப் பத்தி, வெளியில யார்க்கிட்டேயும் சொல்லக் கூடாதுன்னு, முதல்வர் சொன்னாரு. அதனால தான், முன்னாடி ஒங்கக்கிட்ட சொல்லலை; அந்த விவரங்களை எல்லாம் சேகரிச்சி அவங்களே ஒரு ஃபைல் போட்டு, நம்மகிட்ட கொடுத்துட்டாங்க. நம்ம வேலையெல்லாம் அந்தப் படத்துல இருக்குற மாதிரி, நீலகிரி காட்டுல ஏதாவது செடி இருக்கான்னு, தேடிப் பார்த்துக் கண்டுபிடிக்க வேண்டியதுதான்” என்றான் கவின்.

“ஆமாம் டா. அந்தச் செடியோட நாலைஞ்சு போட்டோவை, ஒங்க ரெண்டு பேரோட வாட்ஸப் எண்ணுக்கு அனுப்பறேன். அந்த இலையை நல்லாப் பார்த்துக்கோங்க. அதே மாதிரி இலை எங்கேயாவது ஒங்க கண்ணுல பட்டா, எங்கக்கிட்ட சொல்லணும்; அது தான் ஒங்க வேலை; பூ இருந்தாக கண்டுபிடிக்கிறது சுலபம்; ஆனா இப்ப பூ இருக்குமான்னு தெரியாது. இதுல ஒங்க பங்கு எதுவும் இல்லன்னா, வீணா எதுக்கு ஒங்களை நாங்க அழைச்சிட்டு வரணும்?” என்றான் ஆதவன்.

“நானும் ஆதவனும் சீரியஸ் டைப். அப்பப்ப எங்களைச் சிரிக்க வைக்கிறது, நீங்க தானே? நீங்க இல்லேன்னா, இந்தப் பயணமே ரொம்ப போரடிச்சிடும்” என்றான் கவின்.

“அது மட்டும், இல்லடா கவின். இவன் வரலேன்னா, வேளா வேளைக்கு நமக்கு விதவிதமான நொறுக்குத் தீனி கிடைக்காதே!” என்றான் ஆதவன்.

“ஆமாமாம்; எங்களுக்கும் பசிக்கும்ல?” என்று கவின் சின்னக் குழந்தை போல் முகத்தை வைத்துக்கொண்டு, கண்ணைச் சிமிட்டிக்கொண்டு மழலையில் சொல்ல, எல்லோரும் சேர்ந்து சிரித்தனர்.

“நான் காலையில இனியன் வீட்டு நொறுக்குத் தீனியை வாங்கிச் சாப்பிட்டிருக்கணும்; ஹோட்டல் சமோசாவைச் சாப்பிட்டதுதான், தப்பாப் போச்சு” என்றாள் ஆதிரை.

“அச்சச்சோ! மறுபடியும் சமோசாவா?” என்று கதிர் பயந்து கொண்டே இனியனைக் கடைக்கண்ணால் பார்க்க, கதிர் காதில் மட்டும் விழும்படியாக, ‘விடாது கருப்பு’ என்றான் இனியன்.

குளுகுளு மலையடிவாரம்

தாங்கள் கிளம்பியது குறித்து, வாட்ஸப்பில் தகவல் அனுப்பினான் ஆதவன். "பயணம் வெற்றி பெற வாழ்த்துகள்" என்று, சுந்தரம் பதில் அனுப்பினார்.

ஆதவன் அவன் அப்பாவுடன் சேர்ந்து ஆரம்பித்த, வங்கிக் கணக்கு எண்ணை அவருக்கு அனுப்பியிருந்தான். அதில் அவர் வரவு வைத்திருந்த பணத்தில், போதுமான அளவு எடுத்துக் கையில் வைத்துக் கொண்டான். அவன் அப்பா பெயரில் கிடைத்த ஏடிஎம் கார்டையும், அதன் பின் நம்பரையும் வாங்கி வைத்துக் கொண்டான். பணம் தேவையாயிருந்தால் ஆங்காங்கே ஏடிஎம் இயந்திரத்தில் எடுத்துக் கொள்ளலாம் என முடிவு செய்தான்.

ஊட்டியில் ஒரு பிரபல விடுதியில், அவர்களுக்கு முதல் நாள் இரவு தங்க அறைகள் ஏற்பாடு செய்யப்பட்டிருந்தன. அதற்கான விவரங்களை முருகனுக்கும், ஆதவனுக்கும் சுந்தரம் அனுப்பியிருந்தார்.

அவர்கள் மேட்டுப்பாளையத்தை நெருங்கிய போது, மாலை 4.30 மணி. இடையில் காலை டிபன், மதிய உணவு, ஆகியவற்றுக்காக இரண்டு முறை வண்டியை நிறுத்திவிட்டு ஏறியிருந்தனர்.

"மேட்டுப்பாளையத்திலிருந்து குன்னூர் வழியாக ஊட்டி சென்று சேர, இரண்டு மணி நேரமாகும்" என்றான் முருகன்.

மேட்டுப்பாளையத்திலிருந்து கார் மலை மேல் ஏறத் துவங்கியதுமே, குளுகுளு காற்று வீசத் துவங்கியது. கார் கண்ணாடிகளை இறக்கி விட்டுட்டு இயற்கை ஏசி இன்பத்தை அனுபவித்துக் கொண்டே பயணம் செய்தனர்.

பசுமையும், குளுமையும் நிறைந்த அந்த மலையடிவாரச் சமவெளியைக் கண்டு, ஆதிரைக்கு மகிழ்ச்சி. ஜன்னல் பக்கம் அமர்ந்து இருபக்கமும் தலையைத் திருப்பித் திருப்பி, எந்த ஒரு

காட்சியையும் தவற விடக்கூடாது என்பது போல், உற்சாகத்துடன் பார்த்து வந்தாள். அவளைப் பார்க்க, ஆதவனுக்கு மகிழ்ச்சியாயிருந்தது.

இருபக்கமும் இருந்த மரங்களைப் பார்த்து விட்டு, "ஹை! பாக்கு மரம்" என்று கத்தினாள்.

"என்னது? பாக்கு மரமா? நாம போடற நிஜாம் பாக்கு, மரத்திலேயா காய்க்குது?" என்றான் கதிர்.

"ஆமாம். இந்தக் காய்க்குள்ளாற இருக்குற கொட்டை பாக்கை எடுத்து ஒடைச்சி, வாசனை சேர்த்துத் தான் நிஜாம் பாக்கு, ரோஜா பாக்கெல்லாம் தயாரிக்கிறாங்க" என்றாள் ஆதிரை.

"பார்க்கிறதுக்குத் தென்னை மரம் மாதிரி தானே இருக்கு. ரெண்டுக்கும் எப்பிடி வித்தியாசம் கண்டுபிடிக்கிறது?" என்றான் இனியன்.

"இதுவும் தென்னை வகையைச் சேர்ந்ததுதான். ஆனா, ரெண்டுக்கும் நெறையா வித்தியாசம் இருக்கு. முக்கியமா சொல்லணும்னா, தென்னை மரம் வளைஞ்சும், நெளிஞ்சும் வளரும். ஆனா பாக்கு மரம் வளையாது. இதைப் பாரு, அடியிலேர்ந்து மேல வரைக்கும், தூண் மாதிரி நேரா நிக்குது.

தென்னையில மேலே மட்டைக்கு இடையில குலை தள்ளும்; பாக்கு மட்டைக்குக் கீழே, குலை தள்ளியிருக்கு பாரு! தேங்காய் பெருசு; பாக்கு அதை விடச் சின்னது".

"ஏற்கெனவே நீ ஊட்டி வந்திருக்கியா?" கதிர் கேட்டான்.

"க்கும். இல்ல. இதான் மொதல் தடவை. இதுவும் ஆதவன் புண்ணியத்தால நடந்துச்சி. எங்கம்மா என்னைக் கோயில் கோயிலாத்தான் கூட்டிக்கிட்டுப் போவாங்க. அப்பகூட நான் சாமியைப் பார்க்க வரிசையில நிக்க மாட்டேன். நைசா நழுவிப் போய், தலமரம் எங்கேயிருக்குன்னு பார்த்துக்கிட்டிருப்பேன். அதைப் படம் எடுத்துட்டு வந்து, இணையத்துல அது பத்தின விவரங்களைத் தெரிஞ்சுக்குவேன்"

"தலமரமா? அப்படீன்னா என்னா?" என்றான் இனியன்.

“அதுவே ஒனக்குத் தெரியாதா?”.

“எனக்கும் தெரியாது” என்றான் கதிர்.

“அந்தக் காலத்துலேர்ந்து ஒவ்வொரு பெரிய கோவில்லேயும், தலமரம்னு ஒண்ணு வளர்த்து வந்திருக்காங்க. அதுக்கும் பூஜையெல்லாம் போடுவாங்க. அப்பிடிக் கோவில்ல சாமி மாதிரி வைச்சு பாதுகாத்ததால தான், இன்னும் சில மரங்கள் அழியாம இருக்குன்னு, அடிக்கடி நெனைச்சுப்பேன்”

“அந்தக் காலத்துல நம்ம ஆளுங்க மரத்தை தெய்வமா கும்பிட்டிருக்காங்க; அதனாலகூட, கோவில்ல வைச்சி வளர்த்திருக்கலாம்” இது ஆதவன்.

“இருக்கலாம். அந்தத் தலமரத்தை வைச்சி, ஊர் பேர் கூட உண்டாகி இருக்கு”.

“அப்பிடியா? ஆச்சரியமாயிருக்கே! உதாரணத்துக்கு ஒண்ணு சொல்லு பார்ப்போம்” என்றான் ஆதவன்.

“ம்” என்று ஒரு நிமிடம் யோசித்த ஆதிரை, கடலூர்ல திருப்பாதிரிபுலியூர்னு, ஊரு இருக்குல்ல? அங்க இருக்குற பாடலீசுவரர் கோவிலோட தலமரம் பாதிரி. அதே மாதிரி, சிதம்பரம் கோவிலோட தலமரம் தில்லை. அதனாலதான், சிதம்பரத்தோட இன்னொரு பேரு, தில்லை”.

“பாதிரி மரமா? இதுவரைக்கும் கேள்வியே பட்டதில்லையே!” என்றான் இனியன்.

“நீ இதுவரைக்கும் எத்தினி மரத்தைப் பத்திக் கேள்விப்பட்டிருக்கே? ஒனக்குத் தெரிஞ்ச மரங்களைச் சொல்லு பார்ப்பம்”.

இனியன் யோசித்து, “மாமரம், பலா, வாழை கொய்யா...” என்று நிறுத்தினான்.

“எல்லாம் பழம் காய்க்கிற மரம் பேராத் தெரிஞ்சு வைச்சிருக்கே! இதுலேயும் சாப்பாடா?” என்று ஆதிரை கேட்கவும், எல்லோரும் சிரித்தனர். அவனுக்கும் சிரிப்பு வந்தது. ஏனோ இப்போது, அவனுக்குக் கோபம் வரவில்லை.

“நீ ஊட்டிக்கே வந்தது இல்லேங்கிற! அப்புறம் எப்பிடி, இந்தப் பாக்கு மரம் பத்தியெல்லாம், ஒனக்குத் தெரியுது?” என்று கேட்டான் கதிர்.

“எனக்குச் சின்ன வயசிலேர்ந்தே, மரஞ்செடிகொடி பத்தித் தெரிஞ்சிக்க ரொம்ப ஆசை. யூடியூப்புல பாக்கு மரம் பத்தி, நிறைய வீடியோ இருக்குது. அதைப் பார்த்துத் தான் தெரிஞ்சிக்கிட்டேன்”.

“அந்தக் காலத்துல வெத்திலை போடறவங்க, இந்தக் கொட்டைப் பாக்கை வாங்கி, பாக்குவெட்டியால வெட்டிப் போட்டுக்குவாங்களாம். எங்க பாட்டி சொல்லியிருக்காங்க. அவங்க வீட்டுல, அந்தப் பாக்கு வெட்டியைப் பார்த்திருக்கேன்; ஆனா பாக்கு ரொம்ப தின்னக் கூடாதுன்னு, இப்ப சொல்றாங்க; வாயில புற்று நோய் வர்றதுக்கு, பாக்கு முக்கிய காரணமாம்” என்றான் ஆதவன்.

மலை உச்சியில் வரிசையாகத் தெரிந்த மரங்களைப் பார்த்துக் கொண்டே அவர்கள் பயணம் இனிதே தொடர்ந்தது. கொஞ்சதூரம் ஏறியதுமே, கும்மென்று நீலகிரித் தைலம் வாசனை வீசியது.

‘அப்பா! என்ன வாசனை?” என்று மூக்கை உறிஞ்சினான் கவின்.

“இங்க யூகலிப்டஸ் (Eucalyptus) மரம் நிறையா இருக்கு; அதான் இவ்ளோ வாசனை! வெள்ளைக்காரன் காலத்துல, இந்த மரத்தை ஆஸ்திரேலியாவிலேர்ந்து கொண்டு வந்து வைச்சிட்டாங்க. இது எக்கச்சக்கமா நிலத்தடி நீரை உறிஞ்சும். அதனால இந்த மலையோட சூழலே பாதிச்சிடுச்சாம். இப்ப ரொம்ப தண்ணிப் பஞ்சம் ஏற்பட்டுடுச்சாம். அதனால இனிமே இந்த மரத்தைப் புதுசா வைக்கக் கூடாதுன்னு, தடை விதிச்சிருக்காங்க” ஆதிரை சொன்னாள்.

“ஏ அப்பா! மரங்களைப் பத்தி, எத்தினி விஷயம் தெரிஞ்சு வைச்சிருக்கே!” என்று இனியன் ஆச்சரியப்பட்டான்.

“தண்ணி எல்லாத்தையும் உறிஞ்சித் தைலமாக் கொடுக்குது போலருக்கு” என்றான் கவின்.

இலக்கை நோக்கிய பயணம்

கார் குன்னூரை அடைந்த போது, எதிரில் 'குன்னூர் நகராட்சி தங்களை அன்புடன் வரவேற்கிறது' என்ற வாசகம் அடங்கிய திசைகாட்டிப் பலகை கண்ணில் பட்டது. மைசூர், கூடலூர், ஊட்டி, கோத்தகிரி செல்ல வேண்டிய பாதைகள், அம்பு குறியிட்டு, அதில் காட்டப்பட்டிருந்தன.

ஊரின் முக்கிய சாலை வழியாகச் சென்ற போது, தமிழ்நாடு அரசின் நெடுஞ்சாலைத் துறையின் அறிவிப்புப் பலகை, அவர்களை வரவேற்றது.

சிம்ஸ் பூங்கா 3 கி.மீ, லேம்ஸ் ராக் 9 கி.மீ., டால்பின்ஸ் நோஸ் 12 கி.மீ. என்று அதற்கான பாதைகள், அம்புக்குறியிட்டுக் காட்டப்பட்டிருந்தன. அதற்கடியில் "நீங்கள் கடல்மட்டத்திலிருந்து, 1,502 மீட்டர் உயரத்தில் இருக்கிறீர்கள்" என்று எழுதப்பட்டிருந்தது.

வழியெங்கும் இருந்த திசைகாட்டிப் பலகைகளில், கடல்மட்டத்துக்கு மேல் இத்தனை மீட்டர் உயரம் என்று எழுதியிருந்தது. அதைப் பார்த்துக் கொண்டே வந்த ஆதிரைக்கு, ஒரு சந்தேகம் ஏற்பட்டது.

"கடல் மட்டத்திலேர்ந்து இத்தினி மீட்டர் உயரம்னு, எல்லாப் பலகையிலும் எழுதியிருக்காங்களே! மலையோட ஒயரத்தைக் கடலை வைச்சி, ஏன் கணக்கு பண்றாங்க?" என்று கதிரிடம் கேட்டாள்.

"எனக்கு அதுபத்தி, ஒன்னும் தெரியாது; இனியன் கிட்ட கேளு."

"எனக்கும் தெரியாது. அறிவியல் சிங்கம் ஆதவன் இருக்கிறப்ப, அவன் கிட்ட தான் கேட்கணும்" என்றான் இனியன்.

"என்னது சிங்கமா? புதுசாயிருக்கே? கணக்குல புலின்னு சொல்லித்தான், நான் கேள்விப்பட்டிருக்கேன்" என்றாள் ஆதிரை.

"ஏன் எல்லாப் பாடத்துக்கும் புலியைச் சொல்லணும்னு, நான் அறிவியலுக்குச் சிங்கம்னு மாத்திட்டேன்".

"அப்ப வரலாற்றுக்கு?"

"குரங்கு..."

இனியன் சொன்னவுடன், அனைவரும் சிரித்தனர். சிரிப்பொலி அடங்க சிறிது நேரமாயிற்று.

"ஏன் சிரிக்கிறீங்க? குரங்குன்னா இளக்காரமா? நாம குரங்கிலேர்ந்து தானே பொறந்தோம்? அதனால வரலாற்றுக்குக் குரங்கு பொருத்தம்தானே?" என்றான் இனியன்.

"பொருத்தம்தான்" என்றான் கவின்.

"என் சந்தேகத்துக்குப் பதில் சொல்லு ஆதவா" என்றாள் ஆதிரை.

"ம் சொல்றேன். நம்ம பூமியைச் சுத்தி, 71% கடல் தண்ணி இருக்கு. கடல் எல்லாம் ஒன்னோடு ஒன்னு, இணைஞ்சிருக்குது. அதனால கடல் நீரோட மேல் மட்டம், ஒலகம் பூரா, ஒரே மாதிரி சமமாயிருக்கும் இல்லியா? ஆனா நிலம் அப்படியில்ல. மேடு, பள்ளம்னு ஒவ்வொரு இடத்துல, ஒவ்வொரு மாதிரி மாறும். அதனால மலையோட உயரத்தை நில மட்டத்தை வைச்சிக் கணக்கு பண்ணாம, கடல் மட்டத்தை வைச்சிக் கணக்கு பண்றாங்க. எம்எஸ்எல் (MSL-Mean Sea Level)னா, சராசரி கடல் மட்டம்னு அர்த்தம்".

"இப்ப புரியுது; ரொம்ப நன்றி ஆதவா" என்றாள் ஆதிரை.

"நம்ம ஆதவன் எவ்ளோ எளிமையா எல்லாருக்கும் புரியற மாதிரி அறிவியல் விளக்கம் சொல்றான் பாரு! இவனை மாதிரி அறிவியல் டீச்சர் வந்தா, எனக்கு அது ரொம்ப புடிச்ச பாடம் ஆயிடும். ஆனா நமக்கு வர்றவங்க எல்லாம், பாடம் நடத்துறேங்கிற பேர்ல, புத்தகத்துல என்னா இருக்குதோ, அதை அப்படியே வார்த்தை மாறாம ஒப்பிக்கிறாங்க; அதனால இப்ப வரைக்கும், எனக்கு அறிவியல்னா அலர்ஜிதான்" என்றான் இனியன் பெருமூச்சு விட்டபடி.

குன்னூரைத் தாண்டி ஊட்டியை நோக்கி கார் செல்லத் துவங்கியது. வழியில் சின்ன அருவி வழிவதைப் பார்த்தவுடன், "ஹை நீர்வீழ்ச்சி! நீர்வீழ்ச்சி" என்று கத்தினாள் ஆதிரை.

“அச்சச்சோ! கவின் இருக்கும் போது, நீர்வீழ்ச்சின்னு சொல்லிட்டியே!” என்று கைகளை உதறினான் கதிர்.

“ஏன்? நீர்வீழ்ச்சின்னு சொன்னா என்ன?” என்றாள் ஆதிரை, பயந்து போய்.

“கவின் உடனே ஆரம்பிச்சிடுவான். நீர்வீழ்ச்சின்னு சொல்லக்கூடாது; அது ஆங்கில வார்த்தை வாட்டர் ஃபாலோட மொழிபெயர்ப்பு. தமிழ்ல அருவின்னு அழகான வார்த்தை இருக்கு. அதைத் தான் சொல்லணும்னு லெக்சர் கொடுக்க ஆரம்பிச்சிடுவான். ஏற்கெனவே பல தடவை கேட்டுக் கேட்டு, எங்க காது கிழிஞ்சி தொங்கி, இரத்தம் வழிஞ்சிக்கிட்டிருக்கு. நீ இந்தப் பயணம் முடியற வரைக்கும், மறந்து போய்க் கூட நீர்வீழ்ச்சின்னு சொல்லிடாதே; அருவின்னு சொல்லு. கையெடுத்துக் கும்பிடறேன்; ஒனக்குப் புண்ணியமாப் போவும்” என்று கெஞ்சுவது போல் நடித்தான் கதிர்.

“சே! இவ்ளோதானா? நான் என்னமோ ஏதோன்னு பயந்துட்டேன்” என்றாள் ஆதிரை சிரித்தபடி.

அவன் சொன்னதைக் கேட்டுக் கவின் சிரித்துக் கொண்டான். பதிலேதும் சொல்லவில்லை.

“நல்லவேளை! நீ தப்பிச்சிட்டே! இந்த நீலகிரி மலை பயணத்துல, இவனுக்குத் தமிழ்ப் பத்தி வகுப்பெடுக்க, வாய்ப்பே கிடைக்கல” என்றான் கதிர்.

“ஏன் கிடைக்காம? ஒங்களைக் கஷ்டப்படுத்த வேணாம்னு, கம்முனு இருக்கேன். இப்ப எடுக்கிறேன் பாரு, வகுப்பு! நீலகிரி மலைன்னு இப்ப சொன்னியே, அது தப்பு. ‘கிரி’ன்னாலும் மலை தான்; அது வடமொழிச் சொல். தமிழ்ல சொல்லணும்னா, நீலமலைன்னு சொல்லணும்.

இப்ப தாண்டி வந்தோமே, குன்னூர்! சங்க காலத்துல இதோட பேரு குன்றூர்! குன்று மேல இருக்கிற ஊர் குன்றூர்! எவ்ளோ அழகாயிருக்கு? இப்ப அதைக் குன்னூர்னு அர்த்தமில்லாம, மாத்திச் சொல்லிக்கிட்டு இருக்கோம்” என்றான் கவின்.

“போதும் நிறுத்து கவின்! தெரியாமச் சொல்லிட்டேன்!” என்றான் கதிர், மன்னிப்பு கேட்கும் பாவனையில்.

“அப்படி வா வழிக்கு” என்றான் கவின் சிரித்தபடி.

“இங்கேர்ந்து சிம்ஸ் பார்க், நாலு கிலோ மீட்டர்ல தான் இருக்கு. இப்படியே போய்ப் பார்த்துட்டுப் போலாமா ஆதவா?” என்றாள் ஆதிரை.

ஆதவன் பதிலேதும் சொல்லாமல், அமைதியாக இருந்தான்.

அவள் மீண்டும் “ப்ளீஸ் ஆதவா! போலாமா?” என்றாள் கெஞ்சலுடன்.

“நாம இப்ப சுத்திப் பார்க்க வரலை ஆதிரை! இந்தப் பயணம் எதுக்காகன்னு ஒனக்கு நல்லாத் தெரியும்! சின்னப் பசங்கன்னு அலட்சியமா நெனைக்காம, நம்மளை நம்பி, பெரிய பொறுப்பை ஒப்படைச்சிருக்காங்க; அந்த நம்பிக்கையைக் காப்பாத்த வேண்டிய பொறுப்பு நமக்கிருக்கு. எப்பவுமே நம்ம பாதை இலக்கை நோக்கித் தான் இருக்கணும்; பாதை மாறிப் போனா இலக்கை என்னிக்குமே அடைய முடியாது” என்றான் ஆதவன், கண்டிப்பும் கோபமும் நிறைந்த குரலில்.

அவளுக்கு “ஏன்டா கேட்டோம்?” என்றாகிவிட்டது. எல்லோருக்கும் முன் அவன் கோபமாகப் பேசியதால், முகம் வாடிவிட்டது.

எல்லோரும் கப் சிப் என்று அமைதியாகிவிட்டனர். வழக்கமாக ஜோக்கடிக்கும் இனியன் கூட, ஆதவனின் கோபத்தைக் கண்டு மௌனமாகிவிட்டான்.

ஊட்டியில் அவர்கள் தங்கும் ஹோட்டலுக்குச் சென்று இறங்கும் வரை, காரில் இறுக்கமான சூழ்நிலை நிலவியது.

ஊட்டியில் முதல் நாள்

ஊட்டியில் இருந்த அந்தத் தங்கும் விடுதியில், மூன்று அறைகள் அவர்களுக்கு முன்பதிவு செய்யப்பட்டிருந்தன. ஆதவனும், கவினும் ஓர் அறை; இனியனும், கதிரும் இன்னொரு அறை. ஆதவனின் அறைக்கு, எதிர் அறையில் ஆதிரை தங்கினாள்.

பக்கத்தில் தான் தன் வீடு என்றும், இரவு வீட்டுக்குப் போய்விட்டுக் காலையில் வந்துவிடுகிறேன் என்றும், முருகன் சொன்னான். அதன்படி எல்லோரும் சேர்ந்து இரவு உணவைச் சாப்பிட்ட பிறகு, முருகன் கிளம்பினான்.

ஆதிரையின் அறைக்கு வந்து, கதவின் தாழ்ப்பாள் எல்லாம் சரியாக இருக்கின்றதா என்று ஆதவனும், கவினும் ஒவ்வொன்றாகச் சோதனை செய்தனர்.

"ஏதாவது தேவைன்னா எங்க ரெண்டு பேர்ல, யாருக்காவது ஒருத்தனுக்கு ஒடனே போன் பண்ணு" என்று ஆதவன் சொன்னான். அவள் கைபேசியை வாங்கி, அதில் கவின் எண்ணைச் சேமித்துக் கொடுத்தான்.

"ராத்திரியில யார் தட்டுனாலும், கதவைத் தொறக்கக் கூடாது; யாராவது தட்டுனா, எனக்கு ஃபோன் பண்ணு. நான் வந்து பார்க்கிறேன். காலையில முன்னாடியே எழுந்திரிச்சிக் கிளம்பி, ஏழு மணிக்கெல்லாம் ரெடியா இருக்கணும்" என்றான் ஆதவன்.

"சரி"

"ஒரு பெரிய காட்டேஜில தங்கியிருக்கோம்னு, மாமாவுக்கு ஃபோன் பண்ணப் போறேன்; அதே மாதிரி நீயும் சொல்லு; லாட்ஜுல தனியறைன்னு சொன்னா, அத்தை ராத்திரி முழுக்கத் தூங்காம பயப்படுவாங்க" என்று அவளிடம் சொன்னான்.

பிறகு ஆதவனும், கவினும் அவர்கள் அறைக்குச் சென்றனர். சிறிது நேரம் கழித்து, அவள் அப்பாவிடமிருந்து போன் வந்தது.

"ஊட்டி போய் நல்லவிதமாச் சேர்ந்துட்டோம்; பெரிய காட்டேஜில தங்கியிருக்கோம்னு, இப்ப தான் ஆதவன் போன் பண்ணினான். நல்லா இருக்கியாம்மா? பயணம்லாம் சௌரியமா இருந்துச்சா" என்று விசாரித்துவிட்டு, போனை மனைவியிடம் கொடுத்தார்.

"அம்மாடி! நல்லாயிருக்கியா? பத்திரமாத் தங்கியிருக்கியா? நீ இல்லாம எனக்குத் தூக்கமே வரமாட்டேங்குது" என்றெல்லாம் சொல்லிவிட்டு தொடர்ச்சியாக ஏதேதோ புத்திமதி சொல்லிக் கொண்டிருந்தார்.

நாள் முழுக்க பயணம் செய்ததில், அவளுக்குக் களைப்பாக இருந்தது. பதில் எதுவும் சொல்லாமல், வெறுமனே 'உம்' கொட்டிக் கொண்டிருந்தாள்.

"நான் இப்ப சொல்றதெல்லாம், ஒனக்குக் கடுப்பாத்தான் இருக்கும். ஒனக்குக் கல்யாணமாகி ஒரு பொம்பிளை புள்ளைக்கு அம்மாவான பிறகு தான், என் உணர்வுகளை ஒன்னால புரிஞ்சுக்க முடியும்" என்று பேச்சை முடித்தார் வசந்தா.

அடுத்து ஓர் அழைப்பு வந்தது.

"என் எண்ணைச் சேமிச்சிக்கோ. ஏதாவது வேணும்னா, ஒடனே போன் பண்ணு". கதிர் பேசினான்.

அடுத்து இனியன் போன் செய்து, "தனியா இருக்கப் பயப்படாதே ஆதிரை. பக்கத்துல தான், நாங்க தங்கி இருக்கோம்" என்று தைரியமூட்டினான்.

'நல்ல நண்பர்கள்! இவர்களுடைய நட்பு கிடைக்க நான் கொடுத்து வைத்திருக்க வேண்டும்' என்று நினைத்தாள் ஆதிரை. இப்படிக் கண்ணியமாக இல்லையென்றால், ஆதவனின் நட்பு வட்டத்தில் இவர்கள் தொடர்ந்து நீடித்திருக்க முடியாது என்ற நினைப்பும் கூடவே வந்தது.

அடுத்து ஆதவன் திட்டியதைப் பற்றி நினைவு வந்தது. ஏனோ அவன் மேல் கோபம் வரவில்லை. அவன் அழைத்து வரவில்லையென்றால், தனக்கு இந்த அரிய வாய்ப்பு கிடைத்திருக்காது என்று நினைத்தாள்.

வந்த காரியத்தை மறந்து விட்டு, ஊர் சுற்றிப் பார்க்கத் தான் ஆசைப்பட்டது தப்புதான்; இனிமேல் அவனுக்குத் தொல்லை கொடுக்கும் விதமாக நடந்துகொள்ளக் கூடாது என்று முடிவெடுத்தாள்.

தனியாக இருக்க அவளுக்குப் பயமாக இருந்ததால், எல்லா விளக்குகளையும் போட்டுக் கொண்டே படுத்துக் கொண்டாள். நினைவு தெரிந்த நாள் முதல், அவள் இதுவரை தனியாகத் தூங்கியதே இல்லை. எப்போதும் அம்மா பக்கத்தில் தான் தூங்குவாள். அந்தப் பாதுகாப்பு உணர்வு இப்போது இல்லை!

"நான் இல்லேன்னா தான், என் அருமை ஒனக்குப் புரியும்" என்று அடிக்கடி அம்மா சொல்லும் வார்த்தைகள், அச்சமயம் அவள் காதுகளில் எதிரொலித்தன. அவளையும் அறியாமல், "ஐ மிஸ் யூ அம்மா!" என்று வாய்விட்டுச் சொன்னாள்.

"பாவம் அம்மா! அவர் பயமும், கோபமும் நியாயமானது தான்; என் மேல் அளவுக்கதிகமான பாசம் வைத்திருப்பதன் வெளிப்பாடு தான் இது" என்று முதல்முறையாக, அம்மாவின் கோணத்தில் சிந்தித்துப் பார்த்தாள்.

கைபேசியில் காலையில் சீக்கிரம் எழுந்திருக்க அலாரம் வைத்தாள். ஏதேதோ யோசனைகளில் இருந்தவள், விளக்குகளை எரிய விட்டுக் கொண்டே தூங்கிப் போனாள்.

"ஆதிரைக்கிட்ட நீ அவ்ளோ கடுமையாப் பேசியிருக்க வேணாம் ஆதவா. அவங்க மூஞ்சே சரியில்லை. சாப்பிட்டப்போ ஒரு 'சாரி'யாவது, சொல்லி இருக்கலாம்" என்றான் கவின், கட்டிலில் படுத்தவாறு.

"சாரி' கேட்டா, நான் தப்பு செஞ்சது மாதிரி ஆயிடும்டா. ஒருத்தரோட தப்பை புரிய வைக்க, சில சமயம் கடுமையாத் தான் நடந்துக்க வேண்டியிருக்கு. ஒவ்வொருத்தர் ஆசையையும் நிறைவேத்தணும்னு, அவங்க இழுக்கிற இழுப்புக்கெல்லாம் போனா, பயணத்தோட நோக்கமே கெட்டுடும். அவளுக்கு இந்நேரம், அது புரிஞ்சிருக்கும். காலையில சரியாயிடுவா; நீ கவலைப்படாம தூங்கு" என்ற ஆதவன், சில நிமிடங்களில் தூங்கிவிட்டான்.

தேசிய பூங்கா

கதிரும், இனியனும் படுத்தவாறே பேசிக் கொண்டிருந்தனர்.

“ஊட்டியில வருக்கி ரொட்டி, ரொம்ப பிரபலம்டா. வண்டியை நிறுத்தி அதை வாங்கலாமான்னு, அப்ப தான் கேட்க நினைச்சேன். நல்லவேளை கேட்கலை; பாவம் அந்தப் பொண்ணு மாட்டிக்கிடுச்சி.” என்றான் இனியன்.

“கேட்டிருந்தா அங்கியே ஒன்னை இறக்கி விட்டுட்டு, எல்லாத்தையும் விசாரிச்சி வாங்கிட்டுப் பொடி நடையா நடந்துவான்னு சொல்லியிருப்பான்...”

“ஆமாமாம். சீக்கிரம் தூங்கணும்டா. காலையில ஏழு மணிக்கெல்லாம் ரெடியாகணும்; இல்லேன்னா விட்டுட்டுப் போயிடுவான்” என்ற இனியன், சிறிது நேரத்தில், குறட்டை விட ஆரம்பித்தான்.

ஆதிரையின் மனவேதனை!

மறுநாள் காலை சொன்னபடியே முருகன் காலை ஏழுமணிக்கெல்லாம் வந்துவிட்டான். எல்லோரும் காலை டிபனை முடித்துவிட்டுக் கிளம்பத் தயாராயினர். ஆதவனும், கவினும் முருகனுடன் தாங்கள் போக வேண்டிய இடத்தைப் பற்றிக் கலந்து ஆலோசித்துக் கொண்டிருந்தனர்.

முருகனின் யோசனைப்படி, முதலில் முக்கூர்த்தி தேசிய பூங்காவுக்குச் செல்வதென முடிவெடுத்தனர். “அங்குச் சோலைக் காடுகளும். புல்வெளிகளும் அதிகமாக உள்ளன. அழியக்கூடிய நிலையில் உள்ள தாவரங்களும் உள்ளன” என்று முருகன் அவர்களிடம் சொன்னான். சுந்தரம் சாருக்குத் தாங்கள் போகும் இடம் பற்றிய விவரங்களை அனுப்பி விட்டு, வண்டியில் ஏறினான் ஆதவன்.

எல்லோரும் உற்சாகமாகக் காரில் வந்து ஏறினர். ஆதிரை மகிழ்ச்சியாகக் காணப்பட்டாள். “நல்லாத் தூங்கினியா ஆதிரை?” ஆதவன் கேட்டான்.

“ம். மொதல்ல கொஞ்சம் பயமா இருந்துச்சி. எல்லா விளக்கையும் போட்டுட்டு, அப்படியே தூங்கிட்டேன். இன்னிக்கே நாம தேடி வந்ததைக் கண்டுபிடிக்கிற மாதிரி, கனவு கூட வந்துச்சி!”

“முதல் நாளே கண்டுபிடிச்சிட்டு, ரெண்டாம் நாள் சிம்ஸ் பூங்காவைச் சுத்திப் பார்க்கிற மாதிரி, கனவுல வந்துருக்குமே?” என்றான் ஆதவன் குறும்புடன். அவளுக்குச் சிரிப்பு வந்துவிட்டது. ஆதவன் உட்பட எல்லோரும் சேர்ந்து சிரித்தார்கள்.

நீலகிரியின் மேற்கில் அமைந்துள்ள முக்கூர்த்தி தேசியப் பூங்காவை நோக்கி, வண்டி போய்க் கொண்டிருந்தது. இது பாதுகாக்கப்பட்ட பகுதி என்பதால், வனத்துறையின் அனுமதி தேவை என்று முருகன் சொன்னான்.

உள்ளே நுழைவதற்காக முருகனுக்கு ஒன்றும், ஆதவனுக்கும் ஒன்றும் என இரண்டு வார்த்தைகள் கொடுக்கப்பட்டிருந்தன. அவற்றைச் சொன்னால் தான் வனத்துறையினர் உள்ளே விடுவார்கள் என்று சுந்தரம் சொல்லியிருந்தார்.

தேசியப் பூங்காவின் வாசலுக்கு முன், இரண்டு கார்கள் நின்றிருந்தன. எல்லாரும் மலை ஏற வந்திருப்பது போல் தோன்றியது, 20 லிருந்து 25 வயது மதிக்கத் தக்க இளைஞர்களாகத் தெரிந்தார்கள்.

முருகன் வண்டியை நிறுத்தியவுடன், அந்தக் காரில் இருந்த ஒருவன் இறங்கி வந்தான்.

"என்னவோ வேகமா வர்றியே! ஒனக்கு முன்னாடி, நாங்கள்லாம் நிக்கறது கண்ணுக்குத் தெரியலையா? அரை மணி நேரமா நிக்கிறோம்; எங்களுக்கே அனுமதி கிடைக்கலை. இவர் நேரா உள்ளாற நுழையறாரு. போய் ஓரமா நில்லு போ!" என்று முருகனை வலிய வம்புக்கு இழுத்தான். முருகன் பதில் ஏதும் பேசவில்லை.

கீழே நின்று கொண்டிருந்த இன்னொருவன், "டேய் அங்க பாருங்கடா; எல்லாம் பொடிப் பசங்க. எங்கேர்ந்தோ ஒரு பொண்ணைத் தள்ளிட்டு வந்திருக்கானுங்க" என்றான்.

அடுத்த நிமிடம் அந்தக் கார்களில் இருந்தவர்கள், ஜன்னல் வழியாகத் தலையை நீட்டி ஆதிரையைப் பார்த்தார்கள். வெளியே உற்சாகமாக வேடிக்கை பார்த்துக் கொண்டிருந்தவள், உடனே தன் தலையை உள்ளே இழுத்துக் கொண்டாள்.

அவன் சொன்ன வார்த்தை, அவள் காதில் விழுந்து மனதை ரணமாக்கியது. 'பாவம் ஆதவன் குழுவுக்கும், தன்னால் கெட்ட பெயர் ஏற்பட்டுவிட்டதே!' என்ற நினைப்பு, வருத்தத்தை அதிகமாக்கியது.

'இவன் மூளை சீழ்ப்பிடிச்சி அழுகிப் போயிருக்குது; அதனால தான் இவன் வாயிலேர்ந்து இவ்ளோ கீழ்த்தரமான வார்த்தை வருது! பொண்ணை உடலாவும், போகப் பொருளாவும் மட்டுமே பார்க்கிற, இந்தக் கழிசடைங்க என்னிக்குத் தான் திருந்துவானுங்க? பொண்ணைச் சக உயிரா ஆம்பிளைங்க

மதிச்சி நடக்கக் கத்துக்கிறவரைக்கும், பொண்ணுக்கு உண்மையான விடுதலையே இல்லை' என்றெல்லாம் நினைத்து, வேதனையில் ஆழ்ந்தாள் ஆதிரை.

அவன் சொன்னதைக் கேட்டவுடன், "அடி செருப்பால" என்று வாய் வரை வந்த வார்த்தையை, இனியன் மிகவும் கஷ்டப்பட்டு விழுங்கினான். கதிருக்கும் பயங்கரக் கோபம் வந்தது.

'ஆதிரை காதுல விழுந்திருக்குமோ! பாவம் அவங்க மனசு என்ன பாடுபடும்?' என்று நினைத்து, இருவரும் மிகவும் கவலைப்பட்டனர்.

ஆதவன் எதையும் காட்டிக் கொள்ளவில்லை. யாரும் எதுவும் பேசக்கூடாது என்று அவன் சைகை காட்டியதால், எல்லோரும் அமைதியாக இருந்தனர்.

ஆதிரைக்குப் பாதுகாப்பாகக் காரில் இருந்து கொண்டு, கவினையும் முருகனையும் வனத்துறை அலுவலகத்தினரிடம் அனுமதி வாங்க அனுப்பினான். இருவரும் இறங்கி நடந்தனர்.

கேட்டுக்குப் பக்கத்தில் 'முக்கூர்த்தி தேசியப் பூங்காவில் டிரெக்கிங் செய்பவர்களுக்கும், சுற்றுலா பயணிகளுக்கும் அனுமதியில்லை' என்று புதிதாக எழுதப்பட்ட பலகை வைக்கப்பட்டிருந்தது.

வாசலில் நின்ற வனத்துறை காவலாளியிடம் சென்ற முருகன் 'சொங்கிதிசோர்ன்' என்றான். அடுத்துக் கவின், 'கொத்தியோதுபெள்க்' என்றான்.

இரண்டும் தாம் அவர்களுக்குக் கொடுக்கப்பட்டிருந்த வார்த்தைகள். உடனே அவர் பெரிய சல்யூட் அடித்துவிட்டு, அவர்களை உள்ளே செல்ல அனுமதித்தார்.

உள்ளே இருந்த ஒரு அறையில், வனத்துறை அலுவலர் சிலர் இருந்தனர். இவர்கள் இருவரின் அடையாள அட்டையையும், கார் எண்ணையும் சோதித்துவிட்டுக் காருடன் உள்ளே நுழைய அனுமதி கொடுத்தனர்.

காவலாளி கேட்டை அகலமாகத் திறந்து விடவே, முருகனும் கவினும் திரும்பிவந்து வண்டியில் ஏறினர்.

கார் கேட்டினுள் நுழைந்த போது, இனியனும் கதிரும் ஜன்னல் வழியாகத் தலையை நீட்டி, அந்த வம்பு வளர்த்தவனைப் பார்த்து, 'ஹே!ஹே!' என்று கட்டை விரலை உயர்த்திக் காட்டிச் சத்தம் போட்டனர். அதைப் பார்த்தவுடன், அவனுடைய கோபம் அதிகமானது.

முருகன் ஓட்டிய கார் பூங்காவுக்குள் நுழைந்தவுடன், காவலாளி வாசல் கதவைப் பூட்டிவிட்டார். தங்களை மட்டும் விடவில்லை என்று அந்தக் காரில் இருந்தவர்கள், அவரிடம் சத்தமாகச் சண்டை போட்டது இவர்கள் காதில் விழுந்தது.

அந்தப் பூங்காவினுள் வனத்துறைக்குச் சொந்தமான சில விடுதிகள் இருந்தன. அவற்றில் ஒன்று, இவர்கள் தங்குவதற்கு ஒதுக்கப்பட்டது.

அந்த விடுதியைத் திறந்து விட்ட அலுவலர், "ரெண்டு வாரம் வரை, நீங்க இங்கே தங்க அனுமதி கொடுத்து இருக்காங்க" என்றார்.

நாலாப் பக்கமும் மரங்கள் அடர்ந்து, பசுமையாக இருந்த அந்த விடுதி குளுகுளு என்று இருந்தது. அங்கு வந்து சேர்ந்த செய்தியை, ஆதவன் சுந்தரத்துக்கு அனுப்பியவுடன், "வாழ்த்துகள்! கோ அஹெட்" என்று அவரிடமிருந்து பதில் வந்தது.

அந்த விடுதியில் நான்கு அறைகள் இருந்தன. முருகன் ஒரு அறையும், ஆதிரை ஒரு அறையும் எடுத்துக் கொண்டனர். இரு அறைகளை மற்ற நால்வரும் எடுத்துக் கொண்டனர். 'நல்ல வேளையாக முதல் நாள் தங்கிய லாட்ஜ் போல், தனியறையாக இல்லை; வீடு போல் பாதுகாப்பாக இருக்கிறது' என்று ஆதிரை நினைத்து நிம்மதியடைந்தாள். ஆனால் அவள் மனது மட்டும் நிம்மதி இல்லாமல் தவித்தது.

அறைக்குள் சென்றவள் சோர்ந்து கட்டிலில் படுத்து விட்டாள். யாரையும் பார்க்க அவளுக்குப் பிடிக்கவில்லை. பயணம் கிளம்பிய போது இருந்த உற்சாகமெல்லாம் போன இடம் தெரியவில்லை. மனதில் வெறுமை படர்ந்திருந்தது. 'அம்மா சொன்னதைக் கேட்டு வராமலே இருந்திருக்கலாமோ?' என்ற யோசனை கூட அடிக்கடி வந்து போனது.

‘அந்தப் படுபாவி அடித்த கமெண்ட், இன்னமும் மனதை அறுத்து ரணமாக்குதே! இதிலேர்ந்து எப்படி மீள்வது? இந்த வேதனையை யார்கிட்டேயாவது சொன்னா, கொஞ்சம் ஆறுதல் கிடைக்கும். ஆனா ஆதவன் கிட்டேயோ, அவன் நண்பர்கள் கிட்டேயோ சொல்ல முடியாது. அவங்களைப் பார்க்கவே அவமானமாயிருக்கு.

அம்மாக்கிட்ட சொன்னா, “இதுக்குத்தான்டி அப்பவே நான் அனுப்ப மாட்டேன்னு, தலைப்பாடா அடிச்சிக்கிட்டேன்! இப்ப தெரிஞ்சிக்கிட்டியா? நான் ஒன் வயசைத் தாண்டித்தான் வந்திருக்கேன். நாலு பசங்களோட ஒரு பொண்ணு சேர்ந்து போனா, ஒலகம் அப்பிடித்தான் தப்பா நினைக்கும். பனை மரத்துக்குக் கீழ நின்னு பாலைக் குடிச்சாக் கூட, அது கள்ளுன்னு தான் ஒலகம் சொல்லும்” என்று பழமொழியெல்லாம் சொல்லித் தொணதொணக்க ஆரம்பிச்சிடுவார்.

தோழிகள்கிட்ட சொன்னா, “என்ன இருந்தாலும், நாலு பசங்களோட சேர்ந்து நீ தனியாப் போனது தப்புதான்; நம்ம மேல தப்பை வைச்சிக்கிட்டு அவனைக் குத்தம் சொல்றதுக்கு, நாம என்ன அமெரிக்காவுலயா இருக்கோம்” என்று பழியை என் மேலேயே திருப்பிடுவாங்க என்றெல்லாம் அவளுக்கு யோசனை நீண்டு கொண்டே சென்றது. எழுந்து வெளியே வர மனமில்லாமல், அப்படியே அரை மயக்கத்தில் படுத்துக் கிடந்தாள்.

அறைகளில் தங்கள் பெட்டிகளை வைத்துவிட்டு, ஆதவனும் அவன் நண்பர்களும் வரவேற்பறையில் போடப்பட்டிருந்த சோபாவில் சேர்ந்து அமர்ந்தனர்.

“பாவம் ஆதிரை! அவன் சொல்லிட்டுப் போன ஒரு வார்த்தை, அவங்க மனசை ரொம்பக் காயப்படுத்திடுச்சி; மூஞ்சே சரியில்ல. நெனைக்க நெனைக்க மனசே ஆற மாட்டேங்குது” என்று பேச்சைத் துவங்கினான் கவின்.

“இந்தப் பயணம் முடியறதுக்குள்ளே, இந்த மாதிரி மோசமான ஒரு விமர்சனம் நம்ம காதுல விழும்னு எதிர்பார்த்தேன். ஆனா இவ்ளோ சீக்கிரம் எதிர்பார்க்கல. வீட்டை விட்டு வெளியில வர்ற பொண்ணுங்க, இதை எல்லாம் கடந்து தான் வர

வேண்டியிருக்குது! என்ன பண்றது? இந்தளவுக்குக் கேவலமான ஒரு சமூகத்துலதான், நாம வாழ்ந்துக்கிட்டிருக்கோம்'' என்றான் ஆதவன் வருத்தம் தொனிக்கும் குரலில்.

"மத்தவங்களை நம்மால திருத்த முடியாது. அட்லீஸ்ட் நம்ம வாழ்க்கையிலாவது, நாம இந்த மாதிரி எந்தப் பொண்ணையும் கேவலமாப் பேசவோ, நடத்தவோ கூடாது; அவங்க உணர்வுகளை மதிச்சி நடக்கணும். அப்படீன்னு உறுதிமொழி எடுத்துக்கிட்டு அதைக் கடைபிடிப்போம்'' என்றான் கதிர்.

"ஆமாம்டா. நம்மால செய்ய முடிஞ்சது, அது ஒன்னுதான்; கண்டிப்பாச் செய்வோம்'' என்றான் இனியன்.

"இப்போ ஆதிரையைப் பழைய மாதிரி உற்சாகமா மாத்துறதுக்கு நாம எதாவது பண்ணியாகணும்; நம்ம மூஞ்சில முழிக்க வெட்கப்பட்டுக்கிட்டு அறைக்குப் போனவங்க, வெளியிலேயே வரலை'' என்றான் கதிர்.

"ஆதிரை! ஆதிரை! என்று ஆதவன் கதவைத் தட்டிக் கூப்பிட்ட சத்தம் கேட்டவுடன் தான், அவள் சிந்தனை கலைந்து வெளியே வந்தாள்.

"நேரமாச்சி இன்னும் என்ன பண்றே? உன் கனவுல வந்த மாதிரி, முதல் நாளே போய்ச் செடியைக் கண்டுபிடிக்க வேணாமா? கெளம்பு சீக்கிரம்'' என்றான் ஆதவன்.

"ஒங்களை நம்பித் தான், நாங்க வந்திருக்கோம் ஆதிரை; ஒங்களுக்குத்தான் செடி கொடியெல்லாம் அத்துப்படி; சீக்கிரம் வாங்க'' என்றான் கவின்.

எதையும் காட்டிக்கொள்ளாமல், வெகு இயல்பாக இருவரும் கூப்பிட்டவுடன், அவளுக்கு ஏற்பட்டிருந்த மனத்தடை நீங்கி பழைய நிலைமைக்குத் திரும்பினாள் ஆதிரை.

"தோ வந்துட்டேன்! ஒரு நிமிஷம்'' என்று சொல்லிவிட்டு உள்ளே ஓடினாள். ஒரு கைப்பையைத் தோளில் மாட்டிக்கொண்டு, வெளியே வந்தாள்.

செடி கொடி என்றவுடன், அவள் முகத்தில் பழைய உற்சாகம் தொற்றிக் கொண்டதைக் கண்ட நால்வரும், மகிழ்ச்சியும் நிம்மதியும் அடைந்தார்கள்.

நடனமாடும் செடி!

எல்லோரையும் அந்தப் பூங்காவின் உட்புறமாகவே கொஞ்சதூரம் காரில் அழைத்துச் சென்றான் முருகன். ஒரு இடத்தில் நிறுத்தி, இது தான் 'சோலைக்காடு' என்றான்.

உயரத்திலிருந்து பார்த்த போது, உள்ளே வெயிலே நுழைய முடியாத அளவுக்கு மரங்கள் அடர்த்தியான கிளைகளைப் பரப்பி மண்ணை மூடியிருந்தன. அந்தக் காட்சி ஆயிரக்கணக்கில் பெரிய பெரிய பச்சை காலிபிளவர்களை, நெருக்கமாக அடுக்கி வைத்தது போல் இருந்தது!

கொஞ்ச தூரம் சென்ற பிறகு, காரை நிறுத்திவிட்டு, "இனிமே நடந்துதான் போகணும்" என்றான் முருகன்.

எல்லோரும் இறங்கி நடந்தார்கள். எல்லோரும் முழங்கால் வரை மூடி ஷூ போட்டிருந்தார்கள். நீண்ட தூரம் நடந்த பிறகு, தாவரங்கள் நிறைந்திருந்த பகுதிக்கு வந்தார்கள்.

தரை சமதளமாக இல்லாமல், பல அடுக்குகளாகப் பிரிந்து கீழே இறங்கியிருந்தது. எல்லோரும் ஆதிரையின் பின்னே நடக்கத் துவங்கினார்கள். அவள் நடந்த போது, ஆங்காங்கே முளைத்திருந்த செடிகள் குறித்த விவரங்களைச் சொல்லிக்கொண்டே சென்றாள்.

மண்ணில் ஓடிப் பரவியிருந்த வட்ட வடிவ இலையைப் பார்த்துவிட்டு, "இது தான் வல்லாரைக் கீரை (Centella asiatica); நம்மூர்ல காசு கொடுத்து வாங்குற கீரை, இங்க எவ்ளோ செழிப்பாத் தரையில படர்ந்து கெடக்குது பாரு! இதுல நெறைய சத்து இருக்கு. ஞாபகசக்தியைக் கூட அதிகப்படுத்தும்னு சொல்வாங்க; பரீட்சையில நெறையா மார்க் வாங்கணும்னு ஆசைப்படறவங்க, இதைச் சாப்பிடலாம்" என்றாள்.

"கதிருக்கு ஒரு கட்டு வல்லாரைக் கீரை பார்சேல்" என்று கூவினான் இனியன்.

"இவன் எல்லாத்திலேயும் நூத்துக்கு நூறு எடுப்பான். என்னைச் சொல்ல வந்துட்டான்" என்று கடுப்படித்தான் கதிர்.

இன்னொரு செடியைப் பார்த்துவிட்டு, “இது கீழாநெல்லி (*Phyllanthus niruri*); இதோட இலையோட பின்பக்கம் பார்த்தா குட்டிக் குட்டி நெல்லிக்காயை வரிசையா கோர்த்துக் கட்டுன மாதிரி அழகாயிருக்கும். மஞ்சள் காமாலைக்கு நல்ல மருந்துன்னு சொல்வாங்க” என்றாள்.

“அப்படியா? எங்க பார்க்கிறேன்” என்று, கதிர் ஒரு இலையைப் பறித்தான். அவள் சொன்னது போல், இலையின் கீழ்ப்பக்கம் வரிசையாக இருந்த குட்டி மணிகளைப் பார்த்து அவனுக்கு ஆச்சரியம்!

அவர்கள் சேர்ந்து நடந்த போது, ஒரு மரத்தில் சில குரங்குகள் உட்கார்ந்து இருந்தன. உடலெங்கும் பளபளவென கறுப்பு நிறம்; தலையைச் சுற்றிலும் ஆரஞ்சும் பழுப்பும் கலந்த முடி; நீண்ட கறுப்பு வால். இதுவரை பார்த்திருந்த குரங்குகளைப் போல் இல்லாமல் அவை வித்தியாசமாக இருந்தன.

குறு குறு என இவர்களையே வைத்த கண் வாங்காமல், அவை பார்த்துக் கொண்டிருந்தன. தங்கள் மேல் பாய்ந்துவிடுமோ என்ற பயத்தில் ஆதவன் உட்பட, அனைவரும் நடப்பதை உடனே நிறுத்தினார்கள்.

அவற்றைப் பார்த்த முருகன், ‘இதுகளைத் தான் நீலகிரி மந்தின்னு (Nilgiri langur) சொல்வாங்க. பயப்பட வேணாம்; ஒண்ணும் செய்யாது; நாம நடக்கலாம்” என்று முன்னே வந்து நடக்கத் துவங்கினான்.

முருகனைப் பார்த்தவுடன் அவற்றின் பயம் நீங்கிவிட்டது. அவர்களைக் கண்காணிப்பதை நிறுத்திவிட்டு, வெகு இயல்பாகக் கிளைகளில் தாவத் தொடங்கின. பின்னர் அனைவரும் முருகனுடன் சேர்ந்து நடந்தனர்.

சிறிது தூரம் சென்ற பிறகு, திடீரென்று ஒரு செடியைப் பார்த்துவிட்டு, மகிழ்ச்சியாகக் கத்தினாள் ஆதிரை. “ஹை! இது டான்ஸிங் செடி (Dancing plant) (*Codariocalyx motorius*) மாதிரியிருக்கு!”.

“என்னது? செடி நடனம் ஆடுமா? நம்பவே முடியலியே!” என்றான் கவின்.

“ஆமாம் கவின். ஒனக்கு ‘டச் மீ நாட்’ தெரியுமில்லே?”

“தெரியாது; தொட்டாச் சிணுங்கியைத்தான் தெரியும்!”

“அதே தான். அதோட இலையைத் தொட்டாச் சுருங்குமில்லே? அந்த மாதிரி, இது சத்தம் கேட்டா அசையும். இதுவும் ரொம்ப விநோதமான செடி! நம்மூர்ல பார்க்கவே முடியாது” என்றாள் உற்சாகமாக.

“டான்ஸ் ஆடுதான்னு இப்பவே சோதனை பண்ணிப் பார்த்துடுவோம்” என்றான் இனியன்.

வேறு நாளாக இருந்திருந்தால், “இதெல்லாம் அப்புறமாச் சோதனை பண்ணிக்கலாம்; மொதல்ல நமக்கு வேண்டிய செடியைத் தேடுவோம்” என்று ஆதவன் கண்டித்துச் சொல்லியிருப்பான்.

ஆதிரையின் மனவருத்தம் நீங்கிப் பழைய ஆளாக ஆக வேண்டும் என்பதற்காக மறுப்பு எதுவும் சொல்லாமல், அவர்களுடைய கொண்டாட்டத்தில் அவனும் உற்சாகத்துடன் கலந்து கொண்டான்.

“ஒரு போட்டி வைப்போம்; யார் பாட்டுக்குச் செடி நல்லா ஆடுதோ, அவங்க வெற்றி பெற்றதா அர்த்தம்” என்றாள் ஆதிரை.

“ஓகே. நான் ஒரு பாட்டு பாடறேன். செடி ஆடுதா பார்ப்பம்” என்று முதலில் வந்தான் கதிர்.

“மலமா பித்தா பித்தாதே, மலா பித்தா பித்தாதே

ஹோலி ஹோலி

பக்கத்துல சிரிக்கும் ரங்கோலி, ஜாலி ஜாலி”

“சே! பாடச்சொன்னா, மலம், கிலம், பித்து கித்துன்னு, உளறிக் கொட்டிக்கிட்டு! அந்தாண்ட போ. இலை கொஞ்சம் கூட அசையவே இல்ல” என்றான் இனியன்.

“டேய்! இது தமிழ் இல்ல, அரபிக்குத்து. இந்தப் பாட்டுக்குத் தளபதி விஜய் சூப்பரா டான்ஸ் ஆடியிருப்பாரு! இதுக்கே செடி ஆடலேன்னா, வேற எதுக்கு ஆடப் போவுது? ஆதிரை சும்மா நமக்குக் காது குத்துறாங்கன்னு நெனைக்கிறேன்” என்றான் கதிர்.

“எதையாவது உளறிக் கொட்டிட்டு, அது அரபி, லத்தீன்னு சொல்ல வேண்டியது! அடுத்தது யாரு? வாங்க சீக்கிரம்” என்றான் இனியன்.

“அடுத்தது நீ தான். பாடு...” என்றாள் ஆதிரை.

“ஐயோ! எனக்குப் பாடவே தெரியாதே!”

“சும்மா பாடு. போட்டின்னு வந்துட்டா, எல்லாரும் கண்டிப்பா கலந்துக்கிட்டே ஆவணும்.”

“என்னைப் பாடச் சொல்லாதே, நான் கண்டபடி பாடிபுடுவேன்

அதைக் கேட்டா, மடையனுக்கும் ஞானம் பொறந்திடும்

மூடிக் கெடக்கும் பல கண்ணும் தொறந்திடும்...”

என்று இனியன் வேண்டுமென்றே வார்த்தைகளைக் கடித்து, மென்று துப்பியதைக் கேட்டு, எல்லோரும் சிரித்தனர். என்ன ஆச்சரியம்! செடியின் இலைகள் லேசாக அசைந்தன.

“ஹை! நான் பாடுனதுக்கு, லேசா ஆடுச்சி” என்றான் இனியன்.

“நீ பாடுனதுக்கு ஒன்னும் ஆடலை; எல்லாரும் சேர்ந்து சிரிச்சோம்ல; அந்தச் சத்தத்துக்கு ஆடுச்சி” என்றான் கதிர்.

“எப்படியோ நான் கொஞ்சம் ஆட வைச்சிட்டேன்ல?”

“குக்கூ குக்கூ எஞ்சாய் எஞ்சாமி! வாங்கோ வாங்கோ ஒன்னாகி

அம்மாயி அம்பாரி! இந்தா இந்தா மும்மாரி”

ஆதிரை முடித்தவுடன், செடி இன்னும் கொஞ்சம் வேகமாக அசைந்தது.

“ஹையா! செடிக்கு என் பாட்டும் பிடிச்சிருக்கு; சந்தேகமேயில்லை இது டான்ஸ் செடி தான்” என்றாள் ஆதிரை. “அடுத்து ஆதவா! வா வா சீக்கிரம்” இனியன் கூப்பிட்டான்.

“கண்ணான கண்ணே கண்ணான கண்ணே, என் மீது சாயவா

புண்ணான நெஞ்சை பொன்னான கையால் பூப்போல நீவ வா!

ஆராரிராரோ ராரோ ஆராரிராரோ...”

ஆதவன் பாடியபோது, செடி மிகவும் மெதுவாக அசைந்தது. அசைவை உற்றுப் பார்த்துக் கவனிக்க வேண்டியிருந்தது.

“ஏன்டா? செடியை டான்ஸ் ஆட வைக்கச் சொன்னா, காலையிலேயே ஆராரோ பாடித் தூங்க வைச்சிட்டியே? அடுத்து வர்றவங்க, இதை முழிக்க வைச்சி ஆட வைக்கணுமே! அடுத்தது யாரு கவினா? அச்சச்சோ! இவன் எழுப்புறதுக்குப் பதிலா ‘தமிழ், தமிழ்’னு பாடி, இன்னும் ஆழ்ந்த உறக்கத்துக்குக்

கொண்டு போயிடுவானே!" என்றான் இனியன். கதிர் விழுந்து விழுந்து சிரித்தான்.

"தமிழுக்கும் அமுதென்று பேர் – அந்தத்

தமிழ் இன்பத்தமிழ் எங்கள் உயிருக்கு நேர்

தமிழ் எங்கள் உயர்வுக்கு வான்- இன்பத்

தமிழ் எங்கள் அசதிக்குச் சுடர் தந்த தேன்"

"தமிழ் எங்கள் உயர்வுக்கு வான்!" என்பதை உச்சக்கட்ட குரலில் உணர்ச்சிவசப்பட்டுக் கவின் பாடிய போது, செடி வேகமாக ஆடியது.

"இந்தச் செடிக்கும் கவின் மாதிரி, தமிழ்ப்பற்று அதிகம் போலருக்கு! அதான் வேகமா ஆடுது! அவ்ளோ தானே? முடிவை அறிவிச்சிடலாமா?" என்றான் இனியன்.

"இல்ல இல்ல, முருகன் பாடணும்" என்றாள் ஆதிரை.

"அச்சச்சோ! எனக்குத் தமிழ்ப் பாட்டு எதுவும் தெரியாது!" என்றான் முருகன்.

"பரவாயில்ல. ஒங்க தொதவம் மொழியில பாடுங்க. ஒங்கப்பாட்டு எப்படியிருக்கும்னு, நாங்களும் தெரிஞ்சிக்கிறோம்" என்றாள் ஆதிரை.

"எங்க மொழியை ஓல் போஸ் அல்லது போஸ் மொழின்னு சொல்லுவோம்!" என்றான் முருகன். மிகுந்த தயக்கத்துக்குப் பிறகு, மிகவும் இனிமையான குரலில் பாடினான்.

"ஓம் மோரிவிழ்ப்புமி சூரியன் சந்திரன் மோறுதின்னூ" என்ற பாடலை முருகன் பாடியபோது, செடி மிக நன்றாகவே ஆடியது.

"இவங்க இந்த மலையிலேயே ஆயிரக்கணக்கான வருஷம் இருக்குறாங்க; அதனால இந்தச் செடிக்கு, இவங்க மொழி நல்லாத் தெரிஞ்சிருக்கு போலருக்கு; அதான் வேகமா ஆடுது" என்றான் கதிர். எல்லோரும் கைதட்டி முருகனைப் பாராட்டினார்கள். போட்டியில் வென்றவன் முருகன் என்று இனியன் அறிவித்தான்.

எல்லோரும் அந்தச் செடிக்குப் பக்கத்தில் நின்று, படங்கள் எடுத்துக் கொண்டார்கள். ஊருக்குச் சென்று, அந்த விநோதமான செடியை எல்லோரிடமும் காட்ட, அதைப் பல கோணங்களில் படமும், வீடியோவும் எடுத்து வைத்துக் கொண்டார்கள்.

“வெற்றி பெற்றதற்குப் பாராட்டு முருகன்! ரொம்ப இனிமையாப் பாடுனீங்க! ஒங்க மொழியில, ஒங்களுக்கு எழுதப் படிக்கத் தெரியுமா?” என்றான் கவின்.

“எங்க மொழிக்கு எழுத்து கிடையாது. வாய்மொழியாப் பேசறது மட்டும்தான். எனக்கு நல்லாப் பேசத் தெரியும்.”

“இந்தப் பாட்டுக்கு என்ன அர்த்தம்? தெரிஞ்சிக்கணும்னு ஆசையாயிருக்கு” என்றாள் ஆதிரை.

“எருமைகளைப் பராமரித்து, நம் முன்னோர்களைப் போல் வாழ்ந்த, நம் வாழ்க்கை முறை மாறிவிட்டதே! சூரியனும் சந்திரனும், ஒரு நாளும் மாறாமல், அப்படியே இருக்கிறார்கள் நண்பனே! மூன்று மந்துகளில் குடியிருந்த நாம் மாறிவிட்டோம்; ஆனால் சூரியனும், சந்திரனும் ஒரு நாளும் மாறவில்லை.

நூறு எருமைகளை வைத்து, ஆயிரம் ஆயிரம் பணம் வைத்திருந்த, நம் வாழ்க்கை மாறிவிட்டது. ஆனால் சூரியனும், சந்திரனும் மாறவில்லையே நண்பா! இரவும் பகலும் கடந்த நாம் மாறிவிட்டோம். ஆனால் சூரியனும் சந்திரனும் மாறவில்லையே நண்பா!”

“இதான் இதுக்கு அர்த்தம்” என்றான் முருகன். விளக்கம் சொல்லி முடித்தபோது, அவன் முகத்தில் வேதனை தெரிந்தது.

“நமக்கு ரெண்டு ரகசிய வார்த்தை கொடுத்தாங்களே, அது கூட எங்க மொழி தான்.”

“அப்படியா? இது தெரியாதே! அதுக்கு என்ன அர்த்தம்?”

“பயணத்தோட கடைசி நாளு சொல்றேன் கவின். இந்தக் காலத்துப் பள்ளிக்கூடத்துல தமிழும், ஆங்கிலமும் தான் சொல்லிக் கொடுக்கிறாங்க; சுத்தி எல்லாப் பசங்களும் தமிழ் பேசறதால, தொதவா புள்ளைங்க எங்க மொழியைப் பேசறது, குறைஞ்சிக்கிட்டே வருது. சீக்கிரமே எங்க மொழி அழியப் போவுதுன்னு சொல்றாங்க” என்றான் முருகன் வருத்தத்துடன்.

“நம்ம மொழி தான் நம்ம அடையாளம். அது அழியப் போவுதுன்னா, உண்மையிலேயே அது வருத்தப்படக்கூடிய விஷயம்தான்; எப்பாடு பட்டாவது, அது அழியாம காப்பாத்தணும்...” என்றான் கவின் வேதனையுடன்.

ஆதிரை எங்கே?

அவர்கள் கொண்டு வந்த தண்ணீர் பாட்டில்களையும், இனியனின் தீனிப் பண்டங்களையும் வைத்துக் கொண்டு, முருகன் ஒரு ஓரமாக இருந்த பாறை மீது உட்கார்ந்து கொண்டான். மற்றவர்கள் தொடர்ந்து நடக்கத் துவங்கினர்.

“சரி, நேரமாவுது. வேகமா நடங்க. நாம தேடி வந்த செடியைக் கண்டுபிடிக்கிறது தான் முக்கியம். அதைப் பத்திக் கொஞ்சம் எல்லோருக்கும் விளக்கிச் சொல்லு ஆதிரை” என்றான் ஆதவன்.

“பூ இருந்தா ரொம்பவே ஈஸியா கண்டுபிடிச்சிடலாம். அது இல்லேன்னா அடுத்தது இலையைப் பார்க்கணும். அது நாம வைச்சிருக்கிற படத்தோட ஒத்துப் போகணும்.”

“ஓகே! அப்புறம்?” என்றான் இனியன்.

“தண்டுல எதிர் எதிரா, ரெண்டு இலை இருக்கணும்.”

“எதிர் எதிருன்னா, புரியலை” என்றான் கதிர்.

“எல்லாரும் கறிவேப்பிலை பார்த்து இருக்கீங்கள்ல?”

“பார்த்திருக்கோம்” என்றனர், எல்லோரும் ஒரே குரலில்.

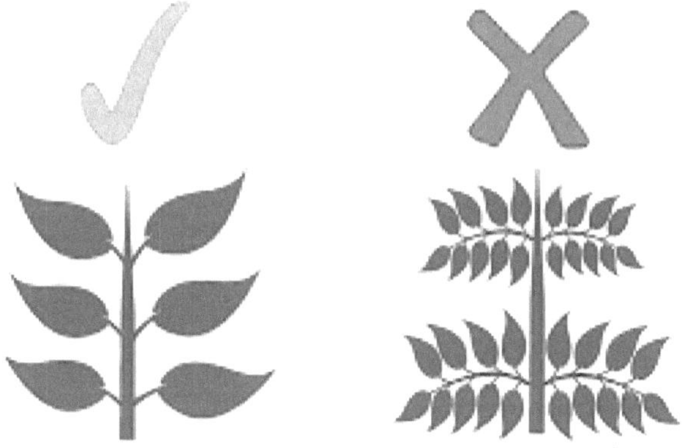

“அந்தக் காம்புல ரெண்டு பக்கமும், சின்னச் சின்ன இலை இருக்கும்ல? ஆனா இதுல அப்படி இருக்காது. இதுல

தண்டுலேர்ந்து வர்ற காம்புல, ஒரே ஒரு இலை இருக்கும். அதோட எதிர்ப்பக்கத்துல, இன்னொரு இலை இருக்கும். இதோட தண்டு ரொம்ப மெல்லிசா இருக்கிறதால, நேரா நிக்க சப்போர்ட் வேணும்; அதனால எதையாவது புடிச்சிக்கிட்டுச் சுத்திச் சுத்தி ஏறும். இப்பிடி வெறும் இலையை மட்டும் பார்க்காம, தாவரத்தோட எல்லா விஷயங்களையும் நுணுக்கமாப் பார்த்துக் கண்டுபிடிக்கணும்."

"ஸ்... அப்பா! இப்பவே கண்ணைக் கட்டுதே! இத்தினி வித்தியாசம் பார்க்கணுமா? நம்ம கிட்ட இருக்கிற போட்டோவுக்கு, ஓரளவுக்கு ஒத்துப் போற இலையைப் பார்த்தா, ஒன்னைக் கூப்பிடறோம்; நீ வந்து மத்த எல்லா வித்தியாசத்தையும் பார்த்து, ஓகே சொல்லு. நீ சொன்னதையெல்லாம் கேட்கிறப்ப, எப்பிடிக் கண்டுபிடிக்கப் போறோம்னு நினைச்சி, மலைப்பா இருக்கு" என்றான் கதிர்.

"நம்பிக்கையோட தேடுங்க; கண்டிப்பா கிடைக்கும்" என்றாள் ஆதிரை.

"எல்லாரும் தேடிப் பார்த்துட்டு, கெடைச்சாலும் சரி, கெடைக்கலைன்னாலும் சரி, நாலு மணிக்குள்ள முருகன் இருக்குற இடத்துக்குத் திரும்பிடணும். இதே பாதையில போயிட்டு, இதுலேயே திரும்பணும். ஏதாவது அடையாளம் பார்த்து வைச்சிக்கோங்க. ரொம்ப தூரம் யாரும் போயிடாதீங்க. காட்டுல திரும்பி வர்ற வழி தெரியாம போயிடுச்சின்னா, ரொம்ப ஆபத்து" என்றான் ஆதவன்.

"சரி" என்று சொல்லிவிட்டு, ஆளுக்கொரு பகுதியாகப் பிரித்துக் கொண்டு தேடத் துவங்கினார்கள். ஆனால் அவர்கள் நினைத்தது போலத் தேடுவது அவ்வளவு எளிதான காரியமாக இல்லை.

செடிகளும், கொடிகளும் ஒன்றோடொன்று பின்னிப் பிணைந்து வளர்ந்திருந்தன. அதனால் ஒரு தாவரம், செடியா கொடியா என்றே பிரித்து அறிய முடியவில்லை. ஒரு கிளையைப் பிடித்துத் தூக்கினால், அதன் அடிப்பாகம் வேறெங்கோ இருந்தது. அதன் மேல் வேறு தாவரங்களின் கிளைகள் சுற்றிக் கிடந்தன.

பலவிதமான பெரணிகள் (FERNS) மரங்கள் போல, உயரமாக வளர்ந்திருந்தன. செழிப்பாக வளர்ந்திருந்த பெரணிகள், மண்ணில் இருந்த சிறிய செடிகளைப் பார்க்க முடியாமல் மூடியிருந்தன.

"இந்தப் பெரணியெல்லாம் மண்ணோட ஈரத்தை, அப்படியே புடிச்சி வைச்சிக்குமாம். காடு வளமா இருக்க, இந்தப் பெரணி ரொம்ப அவசியம்" என்றாள் ஆதிரை, கூட நடந்து வந்த கதிரிடம்.

"அப்படியா? பெரணின்னா என்னா?" என்றான் கதிர்.

"இது பூக்காம, காய்க்காம, விதையில்லாம, ஸ்போர்ஸ் (spores) மூலமாப் புதுச்செடியை உண்டாக்கும்."

"அப்பா! ஒனக்குச் செடியைப் பத்தி, எத்தினி விஷயம் தெரிஞ்சிருக்கு!" என்று ஆச்சரியப்பட்டான் கதிர்.

சூரிய ஒளியைப் பெறுவதற்காகத் தரையில் வளர்ந்து கிடந்த பல தாவரங்கள், இண்டு இடுக்குகளில் முண்டியடித்துக் கொண்டு, தலைகளை வெளியே நீட்டியிருந்தன. ஆங்காங்கே முட்கள் நிறைந்த புதர்ச்செடிகள் மண்டிக் கிடந்தன. அவற்றைத் தாண்டிச் சென்ற போது, கிளைகளில் நீண்டு இருந்த முட்கள், கைகளில் குத்திக் கிழித்தன.

சில கொடிகள் மரங்களின் தண்டுகளைச் சுற்றிப் படர்ந்து, உச்சி வரைக்கும் சென்றிருந்தன. இன்னொரு மரத்தில் சுற்றி ஏறியிருந்த ஒரு கொடியைக் காட்டி, 'இது மிளகுக்கொடி' என்றாள் ஆதிரை.

"மிளகாய் மாதிரி, மிளகும் செடின்னு நெனைச்சேன். அது கொடின்னு இன்னிக்குத் தான் தெரிஞ்சிக்கிட்டேன்" என்றான் கவின்.

பல மரங்கள் வானைத் தொடுவது போல, நீண்ட தூரம் உயர்ந்து வளர்ந்திருந்தன. அவற்றின் வேர்கள் மண்ணுக்கு வெளியே திண்டு திண்டாகப் பருத்திருந்தன. பாறைகள் போல் இறுகி, நாலாப் பக்கமும் நீண்டு பரவியிருந்தன.

இடையிடையே விலங்குகளைச் சிலைகளாக வடித்திருப்பது போல் வெவ்வேறு உருவங்களில் பாறைகள் நின்றன.

அவற்றுக்கு நடுவே இருந்த சிறு சிறு பள்ளங்களில், பாசி பிடித்த மழை நீர் தேங்கியிருந்தது. அந்த நீருக்குள் சிறு சிறு பூச்சிகளும், தவளைகளின் தலைப்பிரட்டைகளும் நீச்சலடித்துக் கொண்டிருந்தன.

கால்களுக்கிடையில் கிடந்த சருகுகள் அவர்கள் நடந்த போது, சரக் சரக் என்று ஒலியெழுப்பின. சில காய்ந்த சருகுகள், உடைந்து நொறுங்கி விழுந்தன. பல்வேறு பறவைகளின் கீச் மூச், கிய்யா, முய்யா ஒலிகளுடன் வண்டுகளின் ரீங்காரமும், இணைந்து ஒலித்தன. பெயர் தெரியாத பெரிய பெரிய பூச்சிகளும், பல வண்ண வண்டுகளும், 'நொய்ங், நொய்ங்' என்று ரீங்காரம் செய்தபடி, அவர்களுக்கருகே பறந்து வந்து பயமுறுத்தின.

வாசம் வீசும் பல்வேறு மலர்கள் ஆங்காங்கே பூத்திருந்தன. சில மரங்கள் முழுக்க இலைகளே இல்லாமல், பூக்களால் நிறைந்திருந்தன. மரக்கிளைகளில் பல பறவைகள், கூடு கட்டிக் குஞ்சு பொரித்திருந்தன. பல மரக்கிளைகளில் பெரிய பெரிய தேனடைகள் தொங்கின. பழமரங்களில் ஆயிரக்கணக்கான பழந்தின்னி வௌவால்கள் தலைகீழாகத் தொங்கின.

பூக்களின் மீது கண்ணைப் பறிக்கும் வண்ணங்களில், பல்வேறு வண்ணத்துப்பூச்சிகள் அமர்ந்து, தேனை உறிஞ்சிக் கொண்டிருந்தன. தேனீக்கள் கூட்டங்கூட்டமாகப் பூக்களுக்குள் நுழைந்து தேனைச் சேகரித்தன.

புதருக்குள் பாம்பு இருக்கும் என்று கதிருக்குப் பயம். எனவே புதர்கள் அதிகமிருந்த பகுதிகளுக்குப் போகாமல், புல்வெளிகள் அதிகமிருந்த பகுதிக்குப் போய்த் தேடினான்.

'பசிக்குது' என்று சொல்லிவிட்டு, இனியன் முதல் ஆளாக முருகன் இருந்த இடத்துக்கு வந்துவிட்டான். சிறிது நேரம் கழித்து, 'ஒண்ணும் கிடைக்கலை' என்று சொன்னபடி, கதிரும் திரும்பிவிட்டான்.

அதற்குப் பிறகு அரை மணி நேரம் கழித்து ஆதவனும், கவினும் சோர்ந்து போய்த் திரும்பினார்கள். ஆனால் ஆதவன் சொன்ன நான்கு மணி தாண்டியும், ஆதிரை வரவில்லை. நேரமாக ஆக, எல்லோருக்கும் பயம் வந்தது.

‘ஆதிரை ஏன் இன்னும் வரவில்லை? ஒரு வேளை பாம்பு அல்லது விஷப்பூச்சி கடித்திருக்குமோ?’ என்ற நினைப்பு, எல்லோர் மனதிலும் கலக்கத்தை உண்டு பண்ணியது.

‘வழி தெரியாமல் இந்தப் பக்கம் வருவதற்குப் பதில், எதிர்ப்பக்கம் போய்விட்டாளோ? ஏதாவது விலங்கு துரத்தியிருக்குமோ? அதனால் வழி தெரியாமல், எங்காவது ஓடி மாட்டிக் கொண்டாளோ?’ என்றெல்லாம் அவர்களின் கற்பனைக் குதிரை தறிகெட்டு ஓடிப் பயத்தை அதிகப்படுத்தியது.

“ஆதிரை! ஆதிரை!” என்று காடே அதிரும் அளவுக்கு, மாறி மாறிக் கத்திப் பார்த்தார்கள். ஹூகும்; பதில் இல்லை. மரங்களில் அமர்ந்திருந்த பறவைகள், இவர்கள் கத்தலுக்குப் பயந்து, சடசடத்துப் பறந்தன.

“இன்னும் ஒரு மணி நேரத்துல, நல்லா இருட்டிடும். எதிரே நிற்கிற ஆள் கூட தெரியாது; அதனால ஓடனே ஆதிரையைக் கண்டுபிடிச்சாகணும்” என்று முருகன் சொன்னான். அதைக் கேட்டு, எல்லோருக்கும் பதற்றம் அதிகமானது.

எனவே எல்லோரும் போன வழியிலேயே போய்த் தேடுவது என்று கிளம்பினார்கள். வேகமாக ஓட முடியாமல், ஆங்காங்கே பாறைகளும் வேர்களும், மரக்கிளைகளும், புதர்களும் தடுத்தன. விழுந்து விழுந்து எழுந்து ஓடினார்கள்.

இடையில் இருந்த சிறிய ஓடையொன்றில், பாறையின் பாசி வழுக்கிக் கதிர் கீழே விழுந்துவிட்டான். கைகளிலும், கால் முட்டியிலும் சிராய்ப்பு ஏற்பட்டது. பின் அவனே சமாளித்து எழுந்து, மீண்டும் ஓடினான். எப்படியாவது ஆதிரை கிடைக்க வேண்டுமே என்ற பதைபதைப்பு ஒவ்வொருவரிடமும் இருந்தது.

கிளம்பி அரை மணி நேரம் ஆகியிருக்கும். முதலில் ஓடிச் சென்ற கவின் தான், அவளைக் கண்டுபிடித்தான். ஏதோ ஒரு செடிக்குப் பக்கத்தில் அமர்ந்து, உன்னிப்பாக அதைக் கவனித்துக் கொண்டிருந்தாள். அவளைப் பார்த்த பிறகு தான், எல்லோருக்கும் போன உயிர் திரும்பி வந்தது. பதற்றத்துடன் ஓடி வந்ததால், எல்லோருக்கும் பேச முடியாமல் மூச்சிரைத்தது.

“நாலு மணிக்குள்ள வரணும்னு சொன்னேன்; இங்க சாவகாசமா ஒட்கார்ந்துட்டு, என்ன பண்ணிக்கிட்டுருக்கே?” என்றான் ஆதவன், கோபத்தைக் கட்டுப்படுத்திக் கொண்டு.

“இங்க ஒரு ஏறுகொடி பார்த்தேன். நாம தேடி வந்தது மாதிரி, அச்சு அசல் அப்படியே இருந்துச்சி. எல்லாத்தையும் ஒன்னொன்னா ஒத்துப் பார்த்துக் கிட்டிருந்தேன். நேரம் போனதே தெரியலை; சாரி ஆதவா...” என்றாள் மன்னிப்பு கேட்கும் பாவனையில்.

“பரவாயில்ல. அதைக் கண்டுபிடிச்சிட்டியா? இது தானா அது?” என்றான் ஆதவன் உற்சாகமாக.

“இல்லை; இதைப் பார்த்தவுடனே, ஆஹா! கண்டுபிடிச்சிட்டோம்னு, ரொம்ப சந்தோஷப்பட்டேன். ஆனா இந்த இலையோட நுனியும், ஓரமும் கொஞ்சம் மாறுது; நரம்பும் வித்தியாசப்படுது; இது அது இல்ல” என்றாள் வருத்தத்துடன்.

“சரி சரி சீக்கிரம் வா. நாளைக்குப் பார்த்துக்கலாம்; இருட்டிட்டா சுத்தமா கண்ணு தெரியாது” என்று ஆதவன் வேக வேகமாக முன்னே நடக்க எல்லோரும் பின் தொடர்ந்தனர். அவர்கள் விடுதிக்கு வருவதற்குள் முற்றிலுமாக இருட்டி விட்டது.

மாலை வரை தேடியும், எதுவும் கிடைக்கவில்லை என்று ஆதவன் சுந்தரத்துக்குச் செய்தியனுப்பினான். “ஒரு நாள் தானே ஆகியிருக்கு அவசரப்பட வேண்டாம்; நிச்சயம் கிடைக்கும்” என்று அவர் பதில் அனுப்பினார்.

வெற்றி கிட்டுமா?

மறுநாள் முக்கூர்த்தி மலைக் காட்டின், இன்னொரு பக்கத்துக்கு அழைத்துச் சென்றான் முருகன். அங்குச் செங்குத்தான

பாறைகள் இருந்தன. பாறைகளுக்கு இடையில் புதர்ச்செடிகளும், குறுங்காடுகளும் வளர்ந்து இருந்தன. பாறைகளின் சில அடுக்குகளில், புல்வெளிகளும் இருந்தன. அங்கு நிறைய ஆடுகள் மேய்ந்து கொண்டிருந்தன.

"இந்த ஆட்டைத் தான் 'வரையாடு'ன்னு சொல்வாங்க. இதுகளைப் பாதுகாக்கத் தான் ஸ்பெஷலா இந்த முக்கூர்த்திப் பூங்காவை உண்டாக்கியிருக்காங்க" என்றான் முருகன்.

"வரையாடு *(Nilgiri tahr)* தான், நம்ம தமிழ்நாட்டோட விலங்கு! ஒனக்குத் தெரியுமா ஆதிரை?" என்றான் கதிர்.

"ம். தெரியும். இது ரொம்ப ஸ்பெஷலான ஆடாம்; உயரமான மலைமேல மட்டும் தான், இது வாழுமாம். இதுவும் இப்ப அழிஞ்சிக்கிட்டு வருதாம்" என்றாள் ஆதிரை.

"இன்னிக்கு யாரும் பிரிஞ்சி ரொம்ப தூரம் போகக் கூடாது; ஒருத்தரை ஒருத்தர் பார்க்கக் கூடிய தொலைவில தான் இருக்கணும்" என்று ஆதவன் கண்டித்துச் சொல்லிவிட்டான். மாலை வரை தேடியும், அச்செடி கிடைக்கவில்லை. அடுத்த நாளும், அவர்கள் தேடல், தோல்வியிலேயே முடிந்தது.

"தேட ஆரம்பிச்சி, மூனு நாள் முடிஞ்சிட்டுது; இன்னும் எதுவும் கிடைக்கலியே!" என்றான் கவின்.

"இந்தப் பயணம் தோல்வியில முடியுமோன்னு, பயமாயிருக்கு" என்றான் கதிர்.

"நாளைக்கு நாம அவலாஞ்சிக்குப் போலாம்; அங்க போகவும் வனத்துறை அனுமதி வேணும்; நமக்குப் பிரச்சினையில்லை; அங்க இருக்கிற வனத்துறை விடுதியிலேயே தங்கிக்கலாம்" என்றான் முருகன்.

அவலாஞ்சி பயணம்

மறுநாள் அவர்கள் தங்கியிருந்த வனத்துறை விடுதியைக் காலி செய்துவிட்டுக் கிளம்பினார்கள். ஊட்டியிலிருந்து 28 கி.மீ தொலைவில் உள்ளது அவலாஞ்சி. மேல் பவானிக்குச் செல்லும் வழியில், எமரால்டு வனம் இருந்தது. வழியில் விதவிதமான மரங்களைப் பார்த்துக் கொண்டே சென்றனர்.

"மேல் பவானியில தான், பவானி ஏரி இருக்கு; அங்கேர்ந்து தான் பவானி ஆறு உற்பத்தியாகுது" என்றான் முருகன்.

ஒரு மரத்தில் உட்கார்ந்து இருந்த ஒரு குருவி, 'ட்வீ,,,டுவு... டுவு..' என்று விசிலடிப்பது போல், விட்டு விட்டுப் பாடிக் கொண்டிருந்தது. வயிறு இளமஞ்சள் நிறம்; அதில் திட்டுத் திட்டாகக் கறுப்புச் செதில்கள் இருந்தன.

"இது என்ன குருவி முருகன்?" என்று கேட்டான் இனியன்.

"இது பேரு நீலகிரி பூங்குருவி (*Nilgiri thrush*). இது மேற்குத் தொடர்ச்சி மலையில மட்டுமே இருக்கக் கூடியது; ஒலகத்துல வேற எங்கேயும் பார்க்க முடியாது!"

"அவலாஞ்சி'(*avalanche*)ன்னா, என்ன அர்த்தம்?" கதிர் கேட்டான்.

"பனிச்சரிவுன்னு அர்த்தம். வெள்ளைக்காரங்க இங்க வந்த புதுசில, அடிக்கடிப் பனிச்சரிவு ஏற்படுமாம். அதனால இந்தப் பேரு வைச்சாங்களாம்..."

அங்கிருந்த எமரால்டு ஏரியைச் சுற்றி, மணல் மேடுகள், பசுமையான புல்வெளிகள், குட்டிக் குன்றுகள் என எங்குப் பார்த்தாலும், கண்களைக் கொள்ளை கொள்ளும் இயற்கை காட்சிகள் நிறைந்திருந்தன.

அவர்கள் அவலாஞ்சிக்குள் இருந்த வனத்துறை விடுதியில் அறைகள் எடுத்துத் தங்கினார்கள்.

மழை விட்டு விட்டுப் பெய்து கொண்டிருந்ததால், அங்குக் குளிர் அதிகமாக இருந்தது. அதனால் முதல் நாள் நீண்ட தூரம் செல்லாமல், சீக்கிரமாகவே விடுதிக்குத் திரும்பி விட்டனர்.

இரண்டாம் நாளும், மழை நசநசவெனப் பெய்து கொண்டிருந்தது. மண் கொழ கொழவென்று சேறாக மாறியிருந்தது. அதனால் சில இடங்களில் நடந்த போது, சேறு வழுக்கி விழுந்தார்கள். ராட்சதக் கொசுக்கள் இவர்கள் மேல் படையெடுத்து 'சுரீர், சுரீர்' என ஊசி போட்டன.

வானம் மேக மூட்டத்துடன் இருந்ததால், சீக்கிரமாகவே இருட்டிவிட்டது. வானிலை ஒத்துழைக்காததால், இரண்டு நாட்கள் அவர்களால் எதுவும் செய்ய முடியவில்லை.

இரண்டாம் நாள் மாலை விடுதிக்குத் திரும்பியவுடன், இனியன் திடீரென அலறினான். அவன் முழங்கையில் ஒரு அட்டைப்பூச்சி, நன்றாக ஒட்டிக் கொண்டு, இரத்தத்தை உறிஞ்சிக் கொண்டிருந்தது. முருகன் கஷ்டப்பட்டுப் பூச்சியை, அவன் கையிலிருந்து பிடுங்கி எறிந்தான். அது கடித்த இடம் சிவப்பாக இரத்தமாக இருந்தது.

"இவ்ளோ சிவப்பா இரத்த விளாறா இருக்குது! கடிச்ச வலி ஒனக்குத் தெரியலையா?" கதிர் கேட்டான்.

"ஹூகும். சுத்தமா வலியே தெரியலை" என்றான் இனியன் வியப்புடன்.

"ஆமாம். வலியே தெரியாது. மொதல்ல எச்சிலைச் சுரந்துட்டு, அதுக்கப்புறம் இரத்தத்தை உறிஞ்ச ஆரம்பிக்கும். அந்த இடத்துல வலியே தெரியாம, அந்த எச்சில் மரத்துப் போக வைச்சிடும்" என்றான் முருகன்.

"இந்த அட்டைப் பூச்சியோட வலி தெரியாம ஆக்குற டெக்னிக், மருத்துவத்துலேயும் பயன்படுது; அட்டைப் பூச்சியை வைச்சிப் பண்ற மருத்துவத்துக்கு, 'லீச் தெரபி' *(Leech Therapy)* ன்னு பேரு, நான் படிச்சிருக்கேன்" என்றான் கவின்.

"எல்லாரும் காட்டுக்குப் போயிட்டு வந்தவுடனே, ஒடம்புல ஏதாவது அட்டைப்பூச்சி ஒட்டி இருக்குதான்னு, நல்லா செக்

பண்ணிக்கோங்க; இல்லேன்னா இரத்தத்தைப் பயங்கரமா உறிஞ்சி எடுத்துடும்" என்றான் முருகன்.

மூன்றாம் நாளும் காட்டுக்குள் போய்த் தேடிவிட்டு, வெறுங்கையுடன் திரும்பினார்கள்.

அதைக் கண்டுபிடிக்க முடியும் என்ற நம்பிக்கை, எல்லோருக்கும் கொஞ்சங் கொஞ்சமாகக் குறைந்து கொண்டே வந்தது.

ஆனால், ஆதிரை மட்டும் கண்டிப்பாகக் கிடைக்கும் என்ற நம்பிக்கையோடு இருந்தாள்.

ஒவ்வொரு நாளும் உற்சாகமாகக் கிளம்பித் தேடச் சென்றாள்.

கொண்டாட்டம்

அவர்கள் தேடத் துவங்கி ஆறு நாட்கள் முடிந்து விட்டன. அன்று ஏழாவது நாள். முந்தைய நாட்களைப் போல் பனி மூட்டமாக இல்லாமல், அன்று காலை நல்ல வெயில் அடித்தது.

எல்லோரும் நீண்ட தூரம் போய்த் தேடிவிட்டுக் களைத்துத் திரும்பி விட்டார்கள். ஆதிரை மட்டும் நம்பிக்கையை விடாமல், தேடிக் கொண்டிருந்தாள். அவளைத் தவிர மற்றவர்கள் ஒரு இடத்தில் உட்கார்ந்து ஜாம் தடவிய ரொட்டியைச் சாப்பிட்டுக் கொண்டிருந்தனர்.

அப்போது ஆதிரை, "ஆதவா! ஆதவா!" என்று சத்தமாகக் கத்துவது கேட்டது. எல்லோரும் அவசர அவசரமாக வாயில் ரொட்டியைத் திணித்துக் கொண்டே அவளிடம் ஓடினர்.

அவள் முகத்தில், அதுவரை அவர்கள் பார்க்காத மகிழ்ச்சி தெரிந்தது. அவளால் பேச முடியவில்லை. கண்ணீர் தளும்பி, முதல் சொட்டு வழிவதற்குத் தயாராய் நின்றது! அவள் கை காட்டின திசையில் எல்லோரும் திரும்பிப் பார்த்தார்கள்.

அவர்கள் தேடி வந்த கொடி, *(Ceropegia omissa H.Huber)* சில பூக்களுடன் அங்கே இருந்தது. எல்லோரும் ஒருவரை ஒருவர் தூக்கிக் கொண்டும், நடனம் ஆடிக் கொண்டும், தங்கள் மகிழ்ச்சியினை வெளிப்படுத்தினார்கள்.

அதற்குப் பக்கத்தில் போய் நின்று, ஒவ்வொருவரும் இலையையும் பூவையும் உற்றுப் பார்த்துத் தன்னிடமிருந்த படத்துடன் ஒப்பிட்டுப் பார்த்தார்கள். சந்தேகமேயில்லை; இதே தான் என்று உறுதிப்படுத்திக் கொண்டார்கள்.

"பூவோட இருந்ததால, சுலபமா கண்டுபிடிக்க முடிஞ்சுது; இல்லாட்டாக் கண்டுபிடிக்கிறது ரொம்ப கஷ்டமா இருந்திருக்கும்" என்றாள் ஆதிரை.

"ஒனக்கு எப்பிடி நன்றி சொல்றதுன்னு தெரியலை" என்று ஒருவர் மாற்றி ஒருவர் உற்சாக மிகுதியில் அவளிடம் சொன்னார்கள்.

“எனக்கு ஏன் நன்றி சொல்றீங்க? ஆதவன் அழைச்சிட்டு வரலேன்னா, எனக்கு இந்த வாய்ப்பே கிடைச்சிருக்காது. நீங்க எல்லாரும் ரொம்ப நாள் பழகுனது மாதிரி, எங்கிட்ட பாசமாவும், அன்பாவும் நடந்துக்கிட்டீங்க. செடி கொடின்னா எனக்கு ரொம்ப இஷ்டமும் கூட. அதனால நாந்தான் ஒங்க எல்லாருக்கும் நன்றி சொல்லணும்.”

எல்லோரும் சேர்ந்து நின்று, அந்தச் செடிக்குப் பக்கத்தில் விதவிதமாக ஒளிப்படம் எடுத்துக் கொண்டார்கள். எல்லாப் படங்களிலும் ஆதிரை சிரித்தபடி, கையில் ஒரு லாந்தர் பூவை பிடித்துக்கொண்டு, நடுவில் நின்றாள்.

பின்னர் சுந்தரம் ஏற்கெனவே சொல்லியிருந்தபடி, முருகனைக் கூப்பிட்டு அந்தச் செடியை அடையாளம் காட்டினார்கள். அது இருந்த இடத்துக்குப் பக்கத்தில் இருந்த மரக்கிளைகளில், ஏற்கெனவே கொண்டு வந்திருந்த சிவப்பு ரிப்பன்களைக் கட்டி வைத்தார்கள். பக்கத்தில் இருந்த சிறிய பாறைகளை ஒன்றின் மேல் ஒன்றை அடுக்கி, ஒரு உருவம் மாதிரி செய்து முருகன் அடையாளம் ஏற்படுத்திக் கொண்டான்.

எல்லோரும் மாலையில் விடுதிக்குத் திரும்பி, அங்கிருந்த கேண்டீன் ஒன்றில் இரவு உணவைச் சாப்பிட்டார்கள். பெரிய சாதனையை நிகழ்த்திவிட்ட பெருமிதம், அனைவர் முகத்திலும் இருந்தது.

அன்று மாலை செய்தியைச் சுந்தரத்துக்கு அனுப்பிய போது, அவர் மிகுந்த மகிழ்ச்சியடைந்தார். உடனே முதல்வரிடம் செய்தியைத் தெரிவிப்பதாகக் கூறினார். அரைமணி நேரம் கழித்து முதல்வரிடமிருந்து வாழ்த்துச் செய்தி வந்தது.

“ஊட்டியையும், சுற்றுப்புறங்களையும் நீங்கள் விரும்புகிற வரை தங்கியிருந்து சுற்றிப் பார்த்து வரலாம்; அதற்கான செலவு முழுவதையும் அரசு ஏற்கும்” என்றும் முதல்வர் செய்தி அனுப்பியிருந்தார்.

அதைப் பார்த்தவுடன் எல்லோருக்கும் மிகவும் மகிழ்ச்சி.

“இன்னும் மூனு நாள், நாம ஊட்டியைச் சுத்திப் பார்த்துட்டுக் கௌம்பலாம்” என்றான் ஆதவன்.

ஆதிரைக்கு மிகவும் மகிழ்ச்சி. தனக்கு இந்த அரிய வாய்ப்பை ஏற்படுத்திக் கொடுத்த ஆதவனுக்கு, மீண்டும் மீண்டும் நன்றி சொன்னாள். அன்றிரவு பெற்றோரிடம் பேசியபோது, மிகுந்த உற்சாகத்துடன் பேசினாள்.

வந்த வேலை முடிந்துவிட்டது என்றும், மூன்று நாட்கள் ஊட்டியைச் சுற்றிப் பார்த்து வருகிறோம் என்றும் ஆதவன் தன் பெற்றோருக்குச் செய்தி அனுப்பினான். ஆதிரை பாதுகாப்பாக இருப்பதையும் குறிப்பிட்டு எழுதினான்.

அன்றிரவு எல்லோரும் இனிமையான நினைவுகளுடன் உறங்கச் சென்றார்கள்.

பெட்டுமந்துவுக்குப் பயணம்

அடுத்த நாள் கண்விழித்து எழுந்ததுமே, சுற்றிப் பார்க்க முதல் நாள் எங்குப் போவது என்பது குறித்து உரையாடினர். "ஆதிரைக்குத் தான் முதல் வாய்ப்பு; அவளுக்கு மொதல்ல எங்க போக விருப்பமோ, அங்க போகலாம்" என்றான் ஆதவன். எல்லோரும் ஒருமனதாக மகிழ்ச்சியுடன் அவன் யோசனையை ஏற்றனர். சிறிது நேர யோசனைக்குப் பிறகு, முருகன் கிராமத்துக்குச் சென்று, தொதவர் வாழும் பகுதியைப் பார்க்க விரும்புவதாக, ஆதிரை சொன்னாள்.

அதைக் கேட்ட முருகன், "மிகவும் மகிழ்ச்சி. என் சொந்தக்காரங்களும் உங்களையெல்லாம் பார்த்தா, ரொம்ப சந்தோஷப்படுவாங்க; கண்டிப்பா அழைச்சிட்டுப் போறேன்" என்றான். அதன்படி எல்லோரும் காலையுணவுக்குப் பிறகு கிளம்பி முருகனின் கிராமத்துக்குச் சென்றனர்.

உதகமண்டலம் என்ற பெயருக்கான காரணம் பற்றிப் போகும் வழியில், ஆதவன் முருகனிடம் கேட்டான்.

"நாங்க குடியிருக்கிற பகுதிக்கு, 'மந்து' ன்னு சொல்வோம். இப்ப நாம போற எங்க கிராமத்தோட பேரு கூட 'பெட்டுமந்து'. அந்தக் காலத்துல 'ஒத்தக்கல் மந்து' ன்னு இருந்த பேரை, வெள்ளைக்காரங்க, 'ஒதகமண்ட்' ன்னு மாத்துனதாச் சொல்றாங்க. இப்போ அது உதகமண்டலம்னு ஆயிருக்குது"

தொதவர்களுடைய வீடுகள், அரைவட்ட வடிவில் இருந்தன. குடிசையின் முன்புறம், மிகவும் குறுகிய வாசல் இருந்தது. மிகவும் குனிந்துதான் அதனுள் செல்ல முடியும்.

குளிரிலிருந்து தப்புவதற்காகவும், விலங்குகள் உள்ளே நுழையாமல் இருப்பதற்காகவும், இம்மாதிரி வாசல் வைத்திருப்பதாக முருகன் விளக்கினான்.

முதலில் தன் பெற்றோரிடம் இவர்களை அறிமுகப்படுத்தினான். அவர்களுக்கும் தமிழ் நன்றாகப் பேசத் தெரிந்திருந்தது.

“உங்களையெல்லாம் பார்த்ததுல, ரொம்ப மகிழ்ச்சி” என்றார் அவன் அப்பா. அவன் அம்மா தேஜம்மா மலையில் விளைந்த பழங்களையும், எருமைப் பாலையும் கொண்டு வந்து சாப்பிடக் கொடுத்தார், பாரம்பரிய பூத்தையல் போட்ட சால்வைகளை, ஆளுக்கு ஒன்று நினைவுப் பரிசாகக் கொடுத்தார்.

பின்னர் முருகன் தன் தாத்தா வீட்டுக்கு, அவர்களை அழைத்துச் சென்றான். அவர் மிகவும் வயதானவராகத் தெரிந்தார்.

அவரைப் பார்த்தவுடன் முருகன் தரையில் அமர்ந்து மண்டியிட்டு வணங்கினான். அவர் அவன் நெற்றியில், தம் பாதத்தை வைத்து, ‘பதுக்-பதுக்’ என வாழ்த்தினார். அவருக்கும் தமிழ் பேசத் தெரிந்திருந்தது.

“ஒங்க வயசு என்ன தாத்தா?” என்று கேட்டான் கதிர்.

“என் வயசா? நான் பொறந்த வருஷம், குறிஞ்சி பூத்துச்சி. அதைக் கணக்குல சேர்க்கலேன்னா, போன வருஷம் பூத்தது, எட்டாவது தடவை! இதுலேர்ந்து என் வயசைக் கணக்கு பண்ணிக்கோங்க” என்றார்.

கதிருக்கு ஒன்றும் புரியாமல் விழித்தான். கணக்குப் புதிர் போட வேண்டும் என்று தெரிந்திருந்தால் கேட்டிருக்க மாட்டேனே’ என நினைத்தான்.

நல்லவேளையாக ஆதவன் முந்திக்கொண்டு, “97 வயசு” என்று சொல்லிக் காப்பாற்றினான்.

“குறிஞ்சி 12 வருஷத்துக்கு ஒரு முறை பூக்கும். இவர் பொறந்ததுக்கு அப்புறம் எட்டு தடவை பூத்திருக்கு; அப்படீன்னா எட்டுப் பன்னெண்டு 96 தானே?” என்று தன் சந்தேகத்தைக் கேட்டாள் ஆதிரை.

“ஆமாம். போன வருஷம் பூத்திருக்கு. அப்படீன்னா, இந்த ஒரு வருஷத்தைக் கூட்டணும்ல?”

“ஆமாம்ல! நான் போன வருஷம்னு சொன்னதை மறந்துட்டேன்”.

"இந்த மாதிரி எல்லோரோட வயசையும், குறிஞ்சியை வைச்சித்தான் கணக்குப் பண்ணுவோம். அந்த அளவுக்கு, அது எங்க வாழ்க்கையோட பின்னிப் பிணைஞ்சி இருந்துச்சி. அந்தக் காலத்துல மலை பூரா நீலமாப் பூத்துக் கெடக்கும். அதனாலதான் இதுக்கு நீலமலைன்னு பேரே வந்துச்சி. அது இப்ப ரொம்ப அழிஞ்சிப் போச்சி. எல்லா இடத்துலேயும் உண்ணிச்செடி (Lantana camara) மொளைச்சிக் கெடக்குது. தேயிலைத் தோட்டம் போடறோம், தைலமரம் வளர்க்கிறோம்னு சொல்லிட்டு, இந்த மண்ணோட பூர்வீகத் தாவரம் எல்லாத்தையும் அழிச்சிட்டாங்க."

"உண்மைதான் தாத்தா" என்றாள் ஆதிரை, வருத்தத்துடன்.

"ஒரு காலத்துல எங்க ஆளுங்க, சொந்தமா 100 எருமை மாடு வைச்சி மேய்ச்சிக்கிட்டு, இந்த மலைக்கே காவலா இருந்தாங்க; இப்ப சில பேரு சொகுசு பங்களாவுல, காவல்காரனா வேலை பார்க்கிறாங்க" வேதனையுடன் கண்களை மூடிக்கொண்டு, புலம்பினார் தாத்தா.

எல்லோருக்கும் தாத்தா புலம்புவதைக் கேட்க, மிகவும் வருத்தமாக இருந்தது. அவருக்கு என்ன ஆறுதல் சொல்வது என்று தெரியாமல் அமைதியாக இருந்தனர்.

சிறிது நேரத்துக்குப் பின் "சரி தாத்தா நாங்க போய்ட்டு வரோம்" என்று சொல்லிவிட்டு, வருத்தத்துடன் அங்கிருந்து கிளம்பினர்.

"சாரி! தாத்தா புலம்ப ஆரம்பிச்சி, ஒங்களோட சந்தோஷத்தைக் கெடுத்துட்டாரு; எப்ப பார்த்தாலும், இதே புலம்பல் தான்; ஆரம்பத்துல கேட்டப்ப, எனக்கும் வருத்தமா இருந்துச்சி; கேட்டுக் கேட்டு, இப்ப சுத்தமா மரத்துப் போச்சு!" என்றான் முருகன்.

தோட்டி மலை

மறுநாள் நீலகிரி மாவட்டத்தின், மிக உயர்ந்த மலையான 'தொட்டபெட்டா'வுக்குக் கிளம்பிச் சென்றனர்.

அதன் உச்சியிலிருந்து நீலகிரியைச் சுற்றியுள்ள அனைத்துப் பகுதிகளையும் பார்க்க முடிந்தது. அந்தக் கண் கொள்ளாப் பசுமையான இயற்கைக் காட்சிகளைக் கண்டு, எல்லோரும் மெய்மறந்து நின்றனர். தொலைவில் இருந்த பனி மூடிய மலைகள், மெல்லிய நீல நைலான் போர்வையால் போர்த்தியது போலக் காட்சியளித்தன.

ஆங்காங்கே மலையிலிருந்து வழிந்து கொண்டிருந்த அருவி நீர், வெள்ளி போல வெயிலில் ஒளிர்ந்தது. சூரியனை இடையிடையே மேகங்கள் மறைத்து, மலைமுகடுகளை இருட்டாக்கின; பின்னர் சூரியன் மேகத்திலிருந்து விடுபட்டு, வெளியில் ஓடி வந்து, அவற்றுக்கு ஒளி கொடுத்தது.

சூரியனுக்கும், மேகங்களுக்கும் இடையே, தொடர்ந்து நடந்த இந்தக் கண்ணாமூச்சி விளையாட்டைக் கதிர் மிகவும் ரசித்துப் பார்த்தான்.

"கவின்! தொட்ட பெட்டா'ங்கிற பேரு, வித்தியாசமா இருக்கே! தமிழ் வார்த்தையா இது? இது பத்தி, ஒனக்கு ஏதாவது தெரியுமா?" என்று தன் சந்தேகத்தைக் கேட்டான் ஆதவன்.

"இது தமிழ் இல்ல. கன்னடம். 'தொட்ட'ன்னா பெரிசு; 'பெட்டா'ன்னா மலை. பெரிய மலைன்னு அர்த்தமாம்" என்றான் கவின்.

"இதுக்கு ஏன் தமிழ்ப் பேரு இல்லை?" என்றான் ஆதவன்.

"ஏன் இல்லாம? இதுக்குச் சங்க காலத்துல, 'தோட்டிமலை'ன்னு பேராம். 'தோட்டி'ன்னா இப்ப நாம சொல்ற, அர்த்தம் இல்ல. யானையை அடக்குற அங்குசத்தைக் குறிக்குமாம். அங்குசம்

மாதிரி உயரமா நிற்கிற முகடுன்னு இதுக்கு அர்த்தமாம். இப்ப தமிழ்ப் பேரு போயி, கன்னடத்துல சொல்லிக் கிட்டிருக்கோம்" என்றான் கவின்.

அடுத்த நாள் ஊட்டியையும், அதன் சுற்றுலாத் தலங்களையும் கண்டு களித்து விட்டுச் சென்னையை நோக்கிக் கிளம்பினர்.

இந்த ஒரு வாரத்தில் முருகன் அனைவருடனும், மிகவும் நட்பாகப் பழகிவிட்டான். எல்லோரையும் பிரிவதை நினைத்து, மிகவும் வருந்தினான். சென்னைக்கு வரும் போது, அவசியம் தங்கள் வீடுகளுக்கு வர வேண்டும் என்று எல்லோரும் அவனிடம் கேட்டுக் கொண்டனர்.

"ஊட்டிக்கு நீங்க வந்தா, முன்கூட்டியே எனக்குத் தகவல் சொல்லுங்க! இன்னும் பார்க்க வேண்டிய நெறையா இடம் இருக்கு; நானே அழைச்சிட்டுப் போய், எல்லா இடத்தையும் சுத்திக் காட்டுறேன்" என்றான் முருகன்.

பாராட்டு விழா!

எல்லோரும் ஊட்டியிலிருந்து கிளம்பி, சென்னைக்கு வந்தனர். தமிழ்நாடு அரசின் தலைமைச் செயலகத்துக்கு வந்து, சுந்தரத்தைச் சந்தித்தனர். அவர் ஒவ்வொருவருக்கும் தனித்தனியே வாழ்த்துகளையும், பாராட்டுகளையும் தெரிவித்தார்.

"முதல்வர் ஒங்களைப் பார்க்க ரொம்ப ஆவலாயிருக்கார். அவரைச் சந்திக்க உடனே ஏற்பாடு செய்றேன்."

அடுத்த அரை மணி நேரத்தில் முருகன் உட்பட அனைவரும் முதல்வர் அறையில் இருந்தனர். சொன்ன காலத்துக்கு முன்பாகவே, செடியைக் கண்டுபிடித்தது மிகவும் வியப்பான விஷயம் என்று முதல்வர் பாராட்டினார்.

குழுவுக்குத் தலைமை ஏற்று, பொறுப்பைக் கச்சிதமாக நிறைவேற்றிய ஆதவனையும், முதல்வர் பாராட்டிப் புகழ்ந்தார். விரைவில் அனைவரையும் அழைத்து, விருந்து கொடுப்பதாகக் கூறினார்.

"மலையில சரியான இடத்துக்கு முருகன் எங்களைக் கூட்டிட்டுப் போகலேன்னா, எங்களால அந்தச் செடியைக் கண்டுபிடிச்சிருக்க முடியாது; அடுத்து ஆதிரை வரலேன்னா, நாங்க கண்டுபிடிச்சிருப்போமா என்பது சந்தேகம்தான்" என்றான் ஆதவன் முதல்வரிடம்.

அச்செடியைக் கண்டுபிடித்ததில், ஆதிரையின் பங்கு மிகவும் அதிகம் என்று அனைவருமே முதல்வரிடம் வலியுறுத்திக் கூறினர்.

"உங்களுக்கு எப்ப எது தேவைப்பட்டாலும், தயங்காம என்னை அணுகலாம்; ஏதும் குறை இருந்தாலும் தயங்காம சொல்லுங்க; என்னால முடிஞ்சதைச் செய்றேன்" என்றார் முதல்வர்.

"ரொம்ப தூரம் கார்லேயோ, பேருந்துலேயோ பயணம் போறப்ப நெடுஞ்சாலையில பொண்ணுங்களுக்குத் தண்ணி

வசதி உள்ள சுத்தமான கழிப்பறையே இல்லை. அதனால அரசு அதற்கு ஏற்பாடு செய்யணும்'' என்று ஆதிரை கோரிக்கை விடுத்தாள்.

“நீலமலையில் மத்த மொழியில வழங்கிற ஊர்ப்பெயரை எல்லாம், தமிழில மாத்தி வழங்க, ஏற்பாடு செய்யணும்'' என்று கவின் கேட்டுக் கொண்டான்.

“எங்க போஸ் மொழி, அழியக் கூடிய நிலையில் இருக்கு; அது அழியாமல காப்பாத்தறதுக்கு, அரசு நடவடிக்கை எடுக்கணும்; எங்க புள்ளைங்க படிக்கிற பள்ளிகள்ல, அதைக் கத்துக் கொடுக்க ஏற்பாடு செய்யணும்'' என்று வேண்டுகோள் விடுத்தான் முருகன்.

“நீலமலை முழுக்க, பழைய காலம் போல, குறிஞ்சி பரவிப் பூக்கணும்'' இது கதிர்.

“யூகலிப்டஸ்', 'சில்வர் ஓக்', 'பைன்', 'வாட்டில்' மாதிரியான வெளிநாட்டு மரங்களை அகற்றிட்டு, அங்க நம்ம மண்ணோட மரங்களை, மறுபடியும் வளர்க்க ஏற்பாடு பண்ணனும்'' என்று இனியன் வேண்டினான்.

எல்லோருடைய வேண்டுகோள்களையும் கேட்டுக்கொண்டு, ஆவன செய்வதாக உறுதியளித்தார் முதல்வர்.

தங்கள் குழுவின் மீது நம்பிக்கை வைத்து, மிகப் பெரிய பொறுப்பை அளித்த தமிழ்நாடு அரசுக்கும், முதல்வருக்கும், குழு உறுப்பினர்களின் சார்பாக ஆதவன் நன்றி கூறினான்.

இரண்டு வாரம் கழித்து, எல்லோருக்கும் தமிழ்நாடு அரசு பல்வேறு விருதுகளும், பரிசுகளும் கொடுத்துக் கௌரவித்தது. எல்லா அச்சு ஊடகங்களும், காட்சி ஊடகங்களும் இவர்களிடம் பேட்டி எடுத்து வெளியிடுவதற்குப் போட்டி போட்டன.

எல்லாப் படங்களிலும் நடுநாயகமாக ஆதிரை நின்றிருந்தாள். அவள் சாதனையை எல்லோரும் மிகவும் பாராட்டினார்கள்.

“நம் நாட்டில் திறமை வாய்ந்த பெண்கள் பலர் இருக்கின்றார்கள்; துரதிர்ஷ்டவசமாக அவர்களுக்குத் தங்கள் திறமைகளை வெளிப்படுத்த வாய்ப்புக் கிடைப்பதில்லை; வீட்டின் நாலு சுவர்களுக்கு உள்ளே, அவர்கள் சிறை வைக்கப்

படுகின்றார்கள்; என்னைப் போல் அவர்களுக்கு ஒரு வாய்ப்புக் கிடைத்தால், அவர்களும் பல சாதனைகளை நிகழ்த்துவார்கள்.

பெண்கள் வீட்டை விட்டு வெளியே செல்லும் போது, கேவலமான விமர்சனங்களையும், வசவுகளையும் எதிர்கொள்ள நேரிடுகின்றது; ஆனால் அவற்றைப் பற்றிக் கவலைப்படாமல், தொடர்ந்து நம் பாதையில் முன்னேற வேண்டும்; அப்போது தான் வானம் நம் வசப்படும்'' என்று ஒரு தொலைக்காட்சிக்கு ஆதிரை பேட்டி கொடுத்தாள்.

வசந்தாவுக்குத் தம் மகளை நினைத்துப் பூரிப்புத் தாங்கவில்லை. "சின்ன வயசிலேர்ந்தே எல்லாத்திலேயும் நல்ல சூட்டிகை; நிச்சயம் சாதனை செய்வாள்னு நெனைச்சேன்'' என்று அக்கம் பக்கத்து வீடுகளில் பெருமையாகச் சொல்லிக் கொண்டிருந்தார்.

"என்னை இனி மேல் வாங்க போங்கன்னு, யாரும் சொல்லக்கூடாது; நாமெல்லாரும் ஒன்னுக்குள்ள ஒன்னாயிட்டோம்; அதனால வா போன்னு சொன்னாப் போதும்'' என்று ஆதிரை, எல்லோரிடமும் வலியுறுத்திச் சொன்னாள்.

"எப்ப வேணும்னாலும், நீங்கள்லாம் வீட்டுக்கு வந்து போகலாம்; ஆதிரையைப் பார்த்துப் பேசலாம்; ஒங்களுக்கு எந்தத் தடையும் சொல்ல மாட்டேன்'' என்று வசந்தா, ஆதவனின் நண்பர்களிடம் சொன்னார்.

விருதைப் பெற்றுக் கொண்டு, எல்லோரிடமும் சொல்லிக் கொண்டு முருகன் ஊட்டிக்குக் கிளம்பினான். அப்போது தான், கவினுக்கு நினைவு வந்தது.

"முருகன்! அந்த ரெண்டு வார்த்தைக்கு, அர்த்தம், சொல்றேன் சொன்னீங்களே!'' என்று நினைவுபடுத்தினான்.

"ஆமாம். மறந்துட்டேன். முதல் வார்த்தை "சொங்கிதிசோர்ன்'' என்றால் 'நண்பர்கள்' என்று அர்த்தம்''

"கொத்தியோதுபெள்க்' என்றால்?''

"அணையா விளக்கு' என்று அர்த்தம்''.

"மிகவும் நன்றி முருகன்.''

“எனக்கு ஒரு சந்தேகம்” என்றான் கதிர்.

“என்ன?”

“முருகன்னு தமிழுல தான் பேரு வைப்பாங்க. ஒங்க மொழியிலேயும், இதே பேரு இருக்குதா?”

“என் உண்மையான பேரு முருகன் இல்ல. ‘பொன்ஷ்குட்டன்’. எல்லாரும் கூப்பிடக் கஷ்டப்படறாங்களேன்னு, முருகன்னு வைச்சிக்கிட்டேன். வீட்டுல பொன்ஷ்குட்டன்னுதான், கூப்பிடுவாங்க.”

ஆதவனும், அவன் நண்பர்களும், முருகனுக்கு விதவிதமான இனிப்புகளும் நினைவுப் பரிசுகளும் வாங்கிக் கொடுத்தார்கள். சேர்ந்து பல படங்கள் எடுத்துக் கொண்டார்கள்.

முருகன் என்கிற பொன்ஷ்குட்டன், எல்லோரிடமும் பிரியாவிடை பெற்றுக்கொண்டு, ஊட்டியை நோக்கிப் பயணத்தைத் துவங்கினான்.

“*பயணங்கள் முடிவதில்லை!*”

(முற்றும்)

அறிய வேண்டிய சில செய்திகள்

செரோபீஜியா ஓமிசா. *(CEROPEGIA OMISSA H. HUBER)* என்ற காட்டுத் தாவரம், 1916 ஆம் ஆண்டுக்குப் பிறகு, 100 ஆண்டுகள் யார் கண்ணிலேயும் படவில்லை. 2017 ஆம் ஆண்டு திருநெல்வேலி மாவட்டத்தில், குற்றாலத்தில் இதைக் கண்டுபிடித்தார்கள். 27/06/2017 அன்று இணையத்தில் வெளியான இந்த உண்மைச் செய்தியை அடிப்படையாகக் கொண்டு, இந்நாவல் எழுதப்பட்டது.

(Rare plant species rediscovered in Western Ghats after more than 100 years) 27/06/2017 (Thanks for the article and Lantern flower photo, taken from this site). (https: // www. down to earth.org.in)

பன்னாட்டு இயற்கை பாதுகாப்பு சங்கம் *(International Union for Conservation of Nature) (IUCN)* உலகிலுள்ள இயற்கை வளங்களைப் பாதுகாப்பதற்கான ஓர் அமைப்பு. இதில் உலகம் முழுவதிலும் இருந்து, 1400 அரசு மற்றும் அரசு சாரா நிறுவனங்கள் உறுப்பினர்களாக உள்ளன. மேலும் 18,000க்கும் மேற்பட்ட உயிரியல் வல்லுநர்கள், இதில் இடம் பெற்றுள்ளனர்.

இது 1948 ஆம் ஆண்டு நிறுவப்பட்டது. இதன் தலைமைச் செயலகம் சுவிட்சர்லாந்து நாட்டில் ஜெனிவா நகருக்குப் பக்கத்தில் உள்ள கிலாண்டு பகுதியில் அமைந்துள்ளது. ஆண்டு தோறும் அழியக் கூடிய நிலையில் உள்ள தாவரங்களையும், விலங்கினங்களையும் கொண்ட சிவப்புப் பட்டியலை, இது வெளியிடுகின்றது. அழிவின் விளிம்பில் இருக்கும் உயிரினங்களைப் பற்றிய தகவல் அறிந்து, அவற்றைப் பாதுகாக்க, இப்பட்டியல் பெரிதும் உதவுகின்றது.

Ex – Extinct – முழுதும் அற்றுப்போன இனம்.

Ew – Extinct in wild – இயல்பான வாழ்விடத்தில் அற்றுப்போன இனம்.

CR – Critically Endangered – மிக அருகிவிட்ட இனம்.

EN – Endangered species – *அருகிய இனம்.*

Vu – Vulnerable species – *அழிநிலையில் உள்ள இனம்.*

NT – Near Threatened – *அச்சுறுத்தல் நிலைக்கருகே உள்ள இனம்.*

LC – Least Concern - *மிகக் குறைந்த அளவு கவனம்.*

என்று சிவப்புப் பட்டியலில், அழிவின் பல்வேறு நிலைகளை வகைப்படுத்துகின்றனர்.

நடனமாடும் செடி - *Codariocalyx motorius – (Dancing plant)* இதைத் தமிழில் 'தொழுகண்ணி மூலிகை' என்கின்றனர். ஒலிக்கு அசைவதால், இது 'டான்சிங் செடி' என ஆங்கிலத்தில் அழைக்கப்படுகின்றது. 'டெலகிராஃப் செடி' என்பது, இன்னொரு பெயர். பகலில் விரிந்திருக்கும் இதன் இலைகள், இரவில் தூங்குமூஞ்சி மரத்தின் இலைகள் போல, கீழ்நோக்கி மூடித் தொங்குமாம். தமிழ்நாட்டில் சதுரகிரி மலையில், இச்செடி இருப்பதாகச் சொல்கிறார்கள்.

சார்லஸ் டார்வின் 1880ஆம் ஆண்டு, 'தி பவர் ஆப் மூவ்மெண்ட் இன் ப்ளாண்ட்ஸ்' (The Power of Movement in Plants) என்கிற நூலில், இச்செடி பற்றி, விளக்கமாக எழுதியுள்ளாராம்.

இதில் இடம் பெற்றிருக்கும், "ஓம் மோரிவிழுப்புமி, சூரியன் சந்திரன் மோறுதின்னூ" என்ற தோடர் பாடலின் பொருளுரை, "மாறும் உலகில் மறையா ஒலிகள் – தோடர் வாய்மொழி இலக்கியத்தின் ஒரு தொகுப்பு" என்ற நூலின், 101 ஆம் பக்கத்திலிருந்து எடுத்தாளப்பட்டுள்ளது.

(நன்றி: சாகித்ய அகாடெமி வெளியீடு).

■

www.ingramcontent.com/pod-product-compliance
Lightning Source LLC
LaVergne TN
LVHW060145051026
849517LV00007B/2566